.

መሪዎችን ማፍራትና መተካካት

ከትውልድ ወደ ትውልድ የሚሸጋገር መሪነት

ዶ/ር ተከሥተ ተክሉ

ምስጋና

በመጀመሪያ ራዕዩን የሰጠኝና አስጀምሮ ያስጨረሰኝ ለልዑል እግዚአብሔር ክብር ምስጋና ይድረሰው። በመቀጠል በመጽሐፉ የሚታዩ ግድፈትና ስህተቶች የእኔ ቢሆኑም መጽሐፉ የደረሰበትን እንዲደርስ እርምት አስተያየትና የሚያበረታታ ሀሳብ በመስጠት ድጋፍ ላደረጉልኝ አቶ እምሩ ወርቁ፣ አቶ ዳንኤል ተስፋይ፣ ባለቤቴ ዶ/ር ደግነሽ ወርቁ እንዲሁም በዲዛይን ወንድሜ ሚስተር ክሪስቶፎር ስቲዋርትን ከልብ አመሰግናለሁ።

ልዩ ምስጋና

ይህ መጽሐፍ ባዘጋቻሁበት ጊዜ ሁሉ ያልተለዩኝ፣ የተንከባከቡኝ፣ ያበረታቱኝና የደገፉኝ ቤተሰቦቼ ባለቤቴ ዶ/ር ደግነሽ ወርቁ፣ ልጆቼ ዶ/ር ማሕሌት ተከሥተና ረድኤት ተከሥተና ሚስተር ወዩንና ሚስስ አልጂን ባርቴልትን ተባረኩ እላለሁ።

የድራሲው ምብት በሕግ የተጠበቀ ነው።
የመጀምሪያ ዕትም የካቲት ፤ 2021/ የካቲት 2013 ዓ.ም

እስተያየት ካልዎት

በኢትዮጵያ ውስጥ በስልክ ቁጥር: 0911-24-5218
በአሜሪካ ውስጥ በስልክ ቁጥር: 714-300-8728

Email: tekesteteclu1@gmail.com

መሪዎችን ማፍራትና መተካካት

ከትውልድ ወደ ትውልድ የሚሸጋገር መሪነት

5

መግቢያ

ሰዎች በቡድን፣ በድርጅትም ሆነ በአገር ደረጃ የጋራ ዓላማቸውን ተባብረው፣ ተከባብረውና በፍቅር በሥራ ለማዋል እንዲችሉ የሚረዱ ጥሩ መሪዎችን ለማግኘት፣ ካልሆነም ለማፍራትና ለማሳደግይፈልጋሉ። እንዲሁም ከእድሜ፣ ከሥራ መብዛት፣ ከአቅም ማነስና ስምምነት ከመታጣቱ የተነሳ መሪዎች ሲለቁ፣ የተዘጋጁ ተተኪ መሪዎችን አግኝቶ በመተካካት የድርጅቱን ዓላማ መቀጠል መቻል ግለ ሰዎች፣ ድርጅቶችም ሆነ ሀገሮች የሚመኙት ነው። አንዳንድ መሪዎች የሚተኳቸው ሰዎችን ማዘጋጀት ይቅርና ለዘልዓለም እንደሚኖሩና እንደሚፈለጉ ከማሰብ የተነሳ የመተካካት ሥርዓት በድርጅታቸው እንዲኖር አይፈልጉም። ይህንን ዓይነት የመሪነት አስተሳሰብ መቀየር አስፈላጊ ነው። ሥርዓቱ ፍላጎት ቢኖረዉም ይህም ምኞትና ፍለጎት እንዴት ሊሳካ እንድሚቻል የተለያየ መላምቶችና ልምምዶች እንዳሉ ይነገራል። ስለዚህ ጥሩ መሪዎችም ሆኑ ተተኪ መሪዎች ለማግኘት እንዲቻል የሚረዱ መላምቶችና ልምምዶች መቃኘት አስፈላጊ ነው። የዚህ መጽሐፍ ዋና ዓላማ መሪዎች የመሪነት ኃላፊነታቸውን ለመወጣት እንዲችሉ መሪዎችን በማፍራት፣ የመተካካት ምንነትንና ጥቅም ተረድተው፣ የተለያዩ መላምቶችንና ልምምዶችን በመቃኘት የተሻለውን በሥራ ለመተርጎም እንዲችሉ ጥቆማ ለመስጠትና ለማበረታታት ነው።

መሪነት ምን እንደሆነ፣ መሪ ምን እንደሚመስልና ምን እንደሚያደርግ ካልታወቀ በስተቀር መሪ ስለማፍራት/ማሳደግም ይሁን ስለ መተካካት መነጋገር አይቻልም። መሪና መሪነት ብዙ ዓይነት ትርጉምና መግለጫ እንደሚሰጠው የታወቀ ነው። ሆኖም ይህን መጽሐፍ በሚመለከት በመሪዎች ማፍራትና መተካካት የሚያተኩር ስለሆነ ባጭሩ ለመግለጽ እንዲያመች፣ መሪነት አገልጋይነት፣

ባለአደራነት እንዲሁም አንድ ቡድን የአባላቱን የጋራ ዓላማን በሥራ ለመተርጎም እንዲችል አባላቱ እርስ በርሳቸው በመወያየት/በመከራከር፣ በመማማርና በመተማመን ተስማምተው በሥራ ሲያውሉና ሲሳካላቸው የላቀ መሪነት እንደተጠቀሙ ይቆጠራል። ለዚህም ውጤት ምክንያት የሆኑ ሙሉ ተሳትፎ ያደረጉና ሌሎችም እንዲሳተፉ የሚያበረታቱ ሰዎች ጥሩ የመሪነት ሚና መጫወት እንደሆነ ያሳያል።

የዚህ መጽሐፍ አንደኛ ዓላማ እነዚህ ሦስት የመሪነት አመለካከቶችን ባጭሩ ማቅረብ መቻል ነው። በሌላ አቀራረብ መጽሐፉ የሚጠቀምበት የመሪነት ትርጉም ባጭሩ መሪዎች ማለት የሚከተሏቸውን ሰዎች የሚያገለግሉ፣ ከተከታዮቻቸውም ይሁን ከበላይ ኃላፊነታቸውን ተቀብለው እንደ መልካም ባለአደራ ዓላማቸውን በሥራ እንዲውል የሚረዱ፣ እነርሱም ሆኑ ተከታዮቻቸው እኩል ተሳትፈውና አሳትፈው የጋራ ዓላማቸውን በሥራ ለመተርጎም ምክንያት ሊሆኑ ከቻሉ መልካም መሪዎች መሆናቸውና የመሪነት ኃላፊነታቸውን እንደተወጡ እንቆጥራለን።

የዚህ መጽሐፍ ሁለተኛው ዓላማ መሪዎች እንዴት እንደሚገኙ፣ ክሕሎታቸው እንደሚሻሻል ከተገመተ እንዴት ሊያሻሽሉ እንደሚችሉ ለመጠቆም ነው። ተከታዮች መሪዎች እንዲሆኑ ሲፈለጉ፣ መሪዎችም ችሎታቸው መሻሻል እንዳለበት ሲታወቅ፣ መሪዎች እንዴት እንደሚገኙና ክህሎታቸው ለምንና እንዴት እነደሚሻሻል ባጭሩ ይገለጻል።

ሶስተኛው የጽሑፉ ዓላማ፣ የመሪዎች እጥረት ሲኖርና እንዲበዙ ቢፈልግ፣ በዕድሜ፣ በሞትም ይሁን በሌላ ምክንያት ከሥራ ኃላፊነታቸው ሲለዩ፣ ወይም ብቃት ሳይኖራቸው ቀርቶ ቢወዱም ቢጠሉም በሌሎች መተካት ሲኖርባቸው፣ በማን፣እንዴትና መቼ እንደሚተኩ ፍኖተ ካርታ ዝግጅት እንደሚያስፈልግ ለመግለጽ ነው። ይህም ፍኖተ ካርታ በተለያየ መንገድ እንደሚቀርብ ጥናቶች ያሳያሉ። ከጥናቶቹ አስፈላጊ ሐሳብ አግኝቶ በሥራ ለማዋል፣ እነዚህን ጥናቶች መዳሰስና

መገምገም ተገቢ ነው። ባጭሩ የዚህ መጽሐፍ ሶስተኛ ትኩረት መተካካትን በሚመለከት የተዘጋጁ ጥናቶችን ዳስሶ በመገምገም በሥራ ለመተርጎም እንዲረዳ ያካተተ ሐሳብ መስጠት ሲሆን፣ የመሪን ትርጉም፣ መሪ የማግኛ መንገድና ብቃት ማሻሻልና መተካካት እንዴት ሊፈጸም እንደሚቻል ለማቅረብ ነው።

በመጨረሻም መጽሐፉ የተጻፈበት ዓላማ እንደ ድርጅታዊ ናሙና መተካካት ከደቀመዝሙር ጋር በማዛመድ በቤተክርስቲያን እንዴት በሥራ ላይ እንደሚዉል ለማሰየት ይሞከራል። ይህም አጥቢያ ቤተክርስቲያን እንደ ድርጅት ለህልውናዋም ሆነ ለአገልግሎት ቀጣይነት መተካካትን መለማማድ አስፈላጊነቱን በአጭሩ ይቀርባል።

ምዕራፍ 1
መሪነት ምንድር ነው?
የትኛዉን የመሪነት ትርጉም መጠቀም ይሻላል?

መሪነት ምን እንደሆነ፣ መሪ ምን እንደሚመስልና ምን እንደሚያደርግ ካልታወቀ በስተቀር ስለመሪነት ማፍራት/ማሳደግም ይሁን ስለ መተካካት መነጋገር አይቻልም። መሪና መሪነት ብዙ ዓይነት ትርጉምና መግለጫ እንደ ሚሰጠው የታወቀ ነው። ሆኖም ይህን መጽሐፍ በሚመለከት ባጭሩ ለመግለጽ እንዲያመች፣ አንደኛ መሪነት አገልጋይነትና በለአደራነት ያካተተ ነው። ሁለተኛ አንድ ቡድን የአበላቱን የጋራ ዓላማቸውን በሥራ ለመተርጎም እንዲችል አባላቱ እርስ በርሳቸው በመወያየት/በመከራከር፣ በመማማርና በመተማመን ተስማምተው በሥራ ሲያውሉና ሲሳካላቸው የላቀ መሪነት እንደተጠቀሙ ይቆጠራል። ይህ እንዲሆን ምክንያት የሆኑ ሙሉ ተሳትፎ ያደረጉና ሌሎችም እንዲሳተፉ የሚያበረታቱ የቡድኑ አባሎች ጥሩ የመሪነት ሚና ሲጫወቱ ይሆናል። ስለዚህ የዚህ መጽሐፍ አንደኛ ዓላማ እነዚህ ሦስት የመሪነት አመለካከቶችን ባጭሩ ማቅረብ መቻል ነው። መጽሐፉ የሚጠቀምበት ትርጉም ባጭሩ መሪዎች ማለት የሚከተሏቸውን ሰዎች የሚያገለግሉ፣ ከተከታዮቻቸውም ይሁን ከበላይ ኃላፊነታቸውን ተቀብለው እንደ መልካም ባለአደራ ዓላማቸው በሥራ እንዲውል የሚረዱ፣ እነርሱም ሆኑ ተከታዮቻቸው እኩል ተሳትፈውና አሳትፈው የጋራ ዓላማቸውን በሥራ ለመተርጎም ምክንያት ሊሆኑ ከቻሉ መልካም መሪዎች መሆናቸውና የመሪነት ኃላፊነታቸውን እንደተወጡ ይታሰባል።

መሪነት እንደ አገልጋይነት

ጥንትም ይሁን ዛሬ እንደ ድልድዮች/እንደ አገናኞችና እንደተጠሩ/እንደተላኩ የሚቆጠሩ አገልጋዮች በእግዚአብሔርም ይሁን በማሕበረሰብ ሲፈለጉ እንደነበረ የታወቀ ነው። ለምሳሌ ከዚህ በታች ከመጽሐፍ ቅዱስ የሚከተሉትን አባባሎች እንመልከት።

"የጌታንም ድምፅ፣ ማንን እልካለሁ፣ ማንስ ይሄድልናል ሲል ሰማሁ። እኔም፣ እነሆኝ፣ እኔን ላከኝ አልሁ" (ኢሳያስ 6:8)

በሕዝቅኤል 22:30 "ቅጥርን የሚጠግን፣ ምድሪቱንም እንዳላጠፋት በፈረሰበት በኩል በፊቴ የሚቆምላትን ሰው በመካከላቸው ፈለግሁ፣ ነገር ግን አላገኘሁም" ሲል ቅጥርን የሚጠግን፣ ምድሪቱ እንዳትጠፋ የሚከላከልና የሚላክ አገልጋይ መሪ እንደሚፈለግ ይጠቁማል። በተጨማሪም መሪነት አገልጋይነት እንደሆነ የተሰጠው መግለጫ በኋላ እንደምንመለከተው ከሁለት ሺ ዓመታት በፊት በጌታችን በኢየሱስ ክርስቶስ ቢሆንም፣ ዘመናዊው የሶሻል ሳይንስ የአገላለጽ እንቅስቃሴ መጠቀም የተጀመረው በታወቀው ስለመሪነት ብዙ ጥናት ያደረገ ምሁር ሮበርት ኬ ግሪንሊፍ በ1977 ባቀረበው (Servant Leadership)/ አገልጋዩ መሪ በሚል መጽሐፉ ነው። ግሪንሊፍ መሪነትን ከዚህ እንደሚከተለው አድርጎ ገልጾታል። አገልጋይ መሪ በመጀመሪያ አገልጋይ ነው፣ ይህም የመሪነት አስተሳሰብ ሌላውን ለማገልገል ከመፈለግ የተነሳ የሚጀመር ነው። ሌሎችን ለማገልገል አስበውና አምነውበት ሰዎችን መምራት መቻል ነው። እነዚህ ሰዎች ያላቸውን ሥልጣንና ጉልበት ለመጠቀም ከመፈለግ የተነሳ መሪዎች ለመሆን ከሚሹ ሰዎች የተለዩ ናቸው። አገልጋይ መሪዎች የሚያገለግሏቸውን ሰዎች ፍላጎት መሟላቱን የሚያረጋግጡ ናቸው። ለስኬታቸው

መለኪያ አድርገው የሚወስዱት፣ ተገልጋዮች እያደጉ ናቸው ወይ? ሰዎቹ ሲገለገሉ የበለጠ ጤንነታቸው ይጠበቃል ወይ? ነፃነት ይሰማቸዋል ወይ? የፈጠራ ችሎታቸው ይዳብራል ወይ? ራሳቸውን በራሳቸው ያስተዳድራሉ ወይ? ጥበበኞች ይሆናሉ ወይ? በራሳቸው አገልጋይ መሪዎች ለመሆን ይፈልጋሉ ወይ? የሚሉ ጥያቄዎችን በአዎንታ ሲመለስ ነው። መሪዎች በእንደዚህ ዓይነት በተከታዮቻቸው ላይ ጥሩ ተጽዕኖ ማድረግ ከቻሉ አገልገይ መሪዎች ናቸው። እንደዚህ ዓይነቱ የመሪነት ውጤት በድሆች፣ በተጨቆኑ፣ ራሳቸው በማይችሉ ላይ የሚያመጣው ጥቅም መታየት ይኖርበታል። እንደዚህ ዓይነት የሕብረተሰብ ክፍል የበለጠ ይጠቀማል እንጂ ከነበረበት ወደ ከፋ ሁኔታ አይወርድም።

ግሪንሊፍ፡ አገልጋይ መሪ በመጀመሪያ የአገልጋይነት ኃላፊነቱ ነው የሚታየው ይላል። እንዲ ማለቱም አገልጋይ መሪ የማገልገል ልብ ስላለው አስተሳሰቡ ሌሎች እንዲጠቀሙ የመርዳት ባሕሪይ ነው። ሌሎችን እንደራሱ በማሰብ ተገልጋዩን፣ ጎረቤቱን፣ ሕብረተሰቡንና አገሩን ይጠቅማል። የግሪንሊፍ የጽሑፍ አሳብ መነሻ የሆነው በሃርመን ሔስ የተጻፈው “Journey to the East” (ወደ ምሥራቅ ጉዞ) የሚል ታሪክ ነው። ታሪኩ ስለአንድ በመንገድ የሚጓጓዝ ቡድን ነው። ይህም ቡድን ሊዮ በሚባል የቤት አገልጋይ/አሽከር ሲገለገል የነበረ ቡድን ነው። ሊዮ በየዕለቱ ለቡድኑ በአሽከርነት ሲያገለግል በመዝሙሩና በአገልግሎቱ ሲያስደስታቸው የነበረ ሰው ነው። ቡድኑ ሊዮን የሚያውቀው እንደ አሽከር ማገልገሉን ነው። አንድ ቀን ግን ሊዮ ከመካከላቸው በድንገት ጠፋ። እርሱ መንገዱንም ሲመራቸው ስለነበረ ሲጠፋ የት እንደሚሔሄዱ ግራ ተጋቡ። ለካ ሊዮ አሽከራቸው ብቻ ሳይሆን መሪያቸውም ነበር። ከጥቂት ጊዜ በኃላ ሊዮን ሲያገኙት በእርግጥም አሽከር ሆኖ አገልጋይ መሪያቸው እንደሆነ ተገነዘቡ። ግሪንሊፍ ከዚህ ታሪክ ያገኘው ሐሳብ ሊዮ በመጀመሪያ የሚታወቀው፣ ማንም የማይወስድበት ቦታ አሽከርነቱን/አገልጋይነቱን ነው።

ቢሆንም የቡድኑን መድረሻ የሚያውቅ መሪ እርሱ ነበር። ከዚህ ሐሳብ በመነሳት ግሪንሊፍ መሪነት መጀመሪያ አገልጋይነት ነው የሚል ግንዛቤ አገኘ።

በግሪንሊፍ አባባል ትልቅ መሪ የሚታየው በመጀመሪያ እንደ አገልጋይ ነው። የመሪነት ባሕሪይ የተሰጠው እንደ አገልጋይ ነው። አገልጋይነት ስጦታው ነው። ይህንን ስጦታ በሥራ ለማዋል መጣር ይኖርበታል። በግሪንሊፍ አባባል የመሪ ቦታ በዚህ እሳቤ መጀመሪያ አገልጋይ ለመሆን መፈለግ ነው። ከዚህም የተነሳ በአገልጋይ መሪ ከሚታዩ የተለያዩ ባሕሪያት ውስጥ የሚከተሉትን ይዘረዝራል። ሰምቶ መረዳት፣ የሰውን ስሜት ተረድቶ መቀበል፣ አርቆ ማየት፣ በዕውቀት የተደገፈመደገፍ፣ ቀና አስተሳሰብ ያለው፣ተናግሮ ማሳመን፣ አስተዋይነት፣ የራስን ጤንነትን ጠብቆ መራመድ፣የሕብረተሰብንና የሰውን ኃይል መገንባትን የመሳሰሉ ናቸው። እንደግሪንሊፍ አባባል አገልጋይ መሪዎች የቃል ብቻ ሳይሆኑ በተግባራቸው የሚታወቁ፣ በዓላማ የሚጓዙ፣ ባለ ራዕዮች፣ አንደበተ ርቱዕ፣ ረጋ ባለ ሁኔታ ውሳኔያቸውን የሚገልጹ፣ የሚታመኑ፣ ልዩ የፈጠራ ችሎታና አዲስ ነገር የመጀመር ተሰጥዎ ያላቸው፣ ሁኔታን በመገምገም ውሳኔ የሚሰጡ ሰዎች ናቸው።

ሌሎች የሶሻል ሳይንስ ሊቃውንት ስለ አገልጋይ መሪ ተጨመሪ ባሕሪያት ይጠቅሳሉ። ለምሳሌ ሮበርት ሲ. ሊደን እና ባልደረቦቹ የሚከተሉትን ዘጠኝ ባሕሪያትን ያስቀምጣሉ፣ ስሜታዊ ፈውስ፣ ለሕብረተሰቡ ተጨማሪ እሴት መጨመር፣ መልከም ሐሳብ የማቅረብ ችሎታ፣ ሌሎችን ማበረታታት፣ ተከታዮችን ማሳደግና እንዲሳካላቸው መርዳት፣ ለተከታዮች ቅድሚያ መስጠት፣ በጥሩ ሥነምግባር መመላለስ፣ መልካም ግኑኝነት መፍጠር፣ የአገልጋይነትን መንፈስ መከተል የሚሉ ናቸው።

ግሪንሊፍ ስለአገልጋይ መሪነት ያቀረበው የፍልስፍና አስተሳሰብ እንጂ ስለ መሪነት ከቀረቡ ቲኦሪዎች/መላምቶች

ክፍል አድርጎ አላቀረበም። ቢሆንም ከቲኦሪዎች ለየት የሚያደርጓቸው የሚከተሉት ናቸው።

- ❖ ሞራላዊ ይዘቱ በተለይ ደግሞ በመሪው ብቻ ሳይሆን በሚከተሉትና በሚያገለግሉበት ድርጅት ራዕይና ግቦች ውስጥ ሊንጸበረቅ እንዲችል ማድረግ፣
- ❖ ተከታዮች ላይ ትኩረት መስጠቱ፣ ይኸውም ለተገልጋዮች ተብሎ አገልግሎት መስጠቱ፣ ለእድገታቸው፣ ሙሉ ሰዎች እስኪሆኑ ድረስ እምቅ አቅማቸው እስኪገነባ ድረስ ለመከታተል እንዲቻል ግኑኝነቱን መቀጠል መቻል፣
- ❖ ስለ ተገልጋዮች በሙሉ ግድ ማለቱ፣ ስለ ሠራተኞች፣ ተገልጋዮች፣ አጋር ድርጅቶች፣ ሕብረተሰብ በሙሉ፣ ግድ ስለሚለው፣
- ❖ ራስን በራስ ለመገምገም መቻልና በዚህም መሠረት ለማሻሻል መሞከር ስለሚያካትት፣

በተጨማሪም አገልጋይ መሪነት የሰፈነበት ድርጅት የሚከተሉትን የሚታዩ ባሕሪያት አሏቸው፣

- ❖ ሥልጣንና ኃይል የሚኖረው፡ በላይ በተቀመጠው መሪ መሆኑ ቀርቶ በሚገለገሉት ላይ ነው።
- ❖ መሪው የሚያገለግለው ተከታዮቹን ነው እንጂ፣ ተከታዮቹ መሪውን አያገለግሉም። ከዚህም የተነሳ ተከታዮች ሊያድጉ፣ ሊሻሻሉ ይችላሉ። ትብብር፣ መተማመን፣ ስለሌላው ማሰብ፣ በግብረገብ የተገነባ አሠራር፣ የሚዘወተርበት ባሕል ከመሆኑ የተነሳ እድገት፣ አብሮ መሥራት፣ የሠራተኛው ተሳትፎና የሕብረተሰቡ እድገት የሚታይበት ነው።
- ❖ ተከታዮች እምቅ አቅማቸውን ሊጠቀሙበት እንዲችሉና ሊዳብር እንዲችል የሚረዳ ነው።
- ❖ የሰዎች እድገት፣ የሕብረተሰብ ልማትና ማንኛውም በአገልጋይ መሪዎች የሚነካ ሁሉ መገልገሉ ብቻ ሳይሆን፣ አገልጋይ እስኪሆን ድረስ ማደጉ ይጠበቃል።

መሪነት አገልጋይነት እንደሆነ የመጀመሪያው ጠንሳሽ ጌታ ኢየሱስ እንደሆነ በፊት ተገልጾ ነበር። ይህንንም የአገልጋይነት አስተሳሰብ እንደ እርሱ አባባል በዚህ ክፍል ባጭሩ ይቀርባል። በመጽሐፍ ቅዱስ ውስጥ በሉቃስ 9:46 "ከእነርሱም ማን እንዲበልጥ ክርክር ተነሣባቸው..." ይላል። እንዲህ ዓይነት ክርክር በማንኛውም ቤተሰብ፣ ቡድን፣ ድርጅትም ሆነ ሕብረተሰብ የግኑኝነት ጠንቅ ነው። ክርክር ግኑኝነቱ ለእርካታና ዓላማውን በቅጡ ለመፈጸምም ሆነ ለመጠበቅ መጥቀሙ ይቀርና ቡድኑ እንዲፈርስ ያደርጋል። ስለዚህ ይህን ጠንቅ ለማስወገድ መጣር ያስፈልጋል። አንድ ሰው ከሌላ የጎለበተም ይሁን ያነሰ፣ የሚመስለውም ይሁን የሚለየው፣ የተማረም ይሁን ያልተማረ ሰው ጋር ሲገናኝ በሰውየው ላይ ተጽዕኖ ለማድረግ የሚያስችለውን ቦታና ስልት ይፈጥራል። ሰውየው ደካማ ከሆነ የሌላውን መብትና ነፃነት የራሱ እንደሆነ በመቁጠር በሁለተኛው ሰው ላይ ተጽዕኖ ለማድረግ ይጥራል። ሁለተኛው ሰው ይህ ተጽዕኖ እንደሚደርስበት ሲያውቅ መብቱን ለመጠበቅ ሲል ራሱን ለመከላከል ይሞክራል። በዚህ ሂደት ክርክርና ትግል በመካከላቸው ይፈጠራል። ከዚህም የተነሳ ግኑኝነታቸው ይሻክራል። የቤተሰብ፣ የቡድን፣ ወይም ማሕበረሰብ ሰላማቸው ይደፈርሳል። የግልም ይሁን የጋራ ዓላማ መፈጸም ያቅታቸዋል። በዚህ ፈንታ የአገልጋይነት አስተሳሰብ በአንዳቸው ወይም በሁለቱ ቢፈጠር የተሳካ ግኑኝነት ተፈጥሮ የጋራ ዓላማቸውን በጥራት፣ በፍጥነትና በቀላል ዋጋ ሲፈጽሙ ይችላሉ።

በመጽሐፍ ቅዱስ በማርቆስ 10:42-45 ክርክራቸውን በመስማት ጌታ ኢየሱስ ሥልጣንን በሚመለከት ለደቀመዛሙርቱ እንዲህ ይላል፣

"የአሕዛብ አለቆች ተብሎ የምታስቡት እንዲገዙአቸው ታላላቆቻቸውም በላያቸው እንዲሠለጥኑ ታውቃላችሁ።

በእናንተስ እንዲህ አይደለም፣ ነገር ግን ማንም ከእናንተ ታላቅ ሊሆን የሚወድ የእናንተ አገልጋይ ይሁን፣ ከእናንተም ማንም ፊተኛ ሊሆን የሚወድ የሁሉ ባሪያ ይሁን፣ እንዲሁ የሰው ልጅም ሊያገለግልና ነፍሱን ለብዙዎች ቤዛ ሊሰጥ እንጂ እንዲያገለግሉት አልመጣም። ማንም ከእናንተ ታላቅ ሊሆን የሚወድ የሁሉ አገልጋይ ይሁን" ይላል።

ከክርስትና እምነት አስተሳሰብ፡ በቤተሰብ፣ በቡድን፣ በድርጅትም ይሁን በሃገር ሥልጣን መያዝ የሚገባው ከወንድማማችነት የሚገኝ ከአገልጋይነት መንፈስ የመነጨ መሆን ይኖርበታል። እንዲህ ዓይነት ሥልጣን መደማመጥን፣ መረዳዳትን፣ አንዱ የሌላውን ሸክም መሸካከምንና ትሕትና የሞላበት ቃላትን የመጠቀም ባሕል የሰፈነበት ነው። ማንኛውም ሥልጣንም ይሁን ኃላፊነት የሚቀበለው ዓላማው ሌላውን ለማገልገል ነውመሆን አለበት።

ከላይ የተገለጸውን የመሪነት ትርጉም ባሕሪይና ምግባር የታየባቸውና በተምሳሌነት የሚጠቀሱ መሪዎች ነበሩ። ከእነዚህ መሪዎችም መካከል ጌታ ኢየሱስ፣ ማሕተመ ጋንዲ፣ እማሆይ ትሬዛና ማርቲን ሉተር ኪንግ ይጠቀሳሉ። እንዲሁም በተቃራኒ የሚሰለፉ፣ መጥፎ ተጽዕኖ በሕብረተሰብ ላይ ያመጡና የመሪነት ባሕሪያትም ሆነ ምግብራቸው በተምሳሌነት የማይወሰድ መሪዎች ነበሩ። ከእነዚህም ውስጥ ጀርመናዊው አዶልፍ ሂትለር፣ ሩሲየዊው ስታሊንና ኡጋንዳዊው ኢዲ አሚን ይጠቀሳሉ። የዚህ ጽሑፍ ሌላው ዓላማ በመልካም ምሳሌ የሚጠቀሱ መሪዎች እንዴት እንደሚገኙ ለማሳየት ደግሞም ኾነ ብለን እንዴት መሪዎችንን ማፍራት እንደሚቻል ለመግለጽ ነው።

መሪነት እንደ ባለአደራነት

ባለአደራ ማለት አንድ ሰው የሌላውን ንብረት በባለንብረቱ ስም ባለንብረቱ እንደሚፈልገው እንዲያስተዳድር የተሰጠው፣ ትርፉም ሆነ ኪሣራ ለባለንብረቱ የሚሰጥ፣ በትክክል ማስተዳደሩን ለባለንብረቱ ተጠያቂ የሚሆን ሲሆን ነው። ባለአደራው፣ የባለንብረቱን ንብረት፣ ባለንብረቱ ትርፍ ሊያገኝበት እንዲችል በባለንብረቱ ዓላማ የሚያስተዳድር፣ ባለንብረቱ በፈለገው ጊዜ በትክክል መሥራቱን ሊቆጣጠረው የሚችል ነው።

ባለአደራ፣ የራሳችን ያልሆነውን እንድናስተዳድር ኃላፊነት የተሰጠን ሰዎች፣ የእኛ ያልሆነ ንብረት እንደምናስተዳድር በማወቅ ትኩረት የምንሰጠው ኃላፊነታችንን እንድንወጣ የምንሠራው ሥራ ነው። የምንሠራው ባለቤቱን ወክለን የባለቤቱን ዓላማ ለመፈጸም እንዲቻል የሚገኘውን ትርፍ ለባለቤቱ እንደሆነ በማወቅ፣ በትክክልና በትጋት፣ ጊዜውንም ጠብቀን የምንሰራውሥርተን ከሆን ባለቤቱ እንደሚቆጣጠረን ስንረዳ ነው።

አደራ ሰጪ/ባለንብረት፣ የምንለው ግለሰብ፣ ቡድን፣ ድርጅት፣ ማሕበረሰብ፣ ሃገር እንዲሁም የሁሉ ምንጭ፣ አስተዳዳሪና ተቆጣጣሪ የሆነው እግዚአብሔር ሊሆን ይችላል። አደራ ሰጪዎች ለመሆን እንድንችል ንብረት እንዲተዳደርልን የምንፈልግ ሰዎች፣ ሰለ ባለአደራነት ጠለቅ ያለ ዕውቀት ሊኖረን ይገባል። ይኸውም ድርጅታችን ከሌሎች ስሰዎች ንብረትና ሁኔታ ጋር የሚነካካ፣ መልካም ይሁን መጥፎ ውጤት በሌሎች ላይ ተጽዕኖ የሚኖረው እንደሆነ መገንዘብ ያስፈልጋል። ያገኘነውም የምንጠቀምበትም ከኛ በፊት ከነበሩት የመጣ፣ እኛም ተጠቅመን ካለፍን በኋላ ለሌሎች እንደሚደርስ ማሰቡ አስፈላጊ ነው። ስለዚህ በምንኖርበት ዓለም ባለቤትም ብንሆን ባለአደራዎች፣ የሌሎችንም ጥቅም ጠባቂዎች እንደሆን መረዳት ይጠበቅብናል።

አደራ ሰጪዎች የሁሉ ምንጭ ከሆነ ከእግዚአብሔር በስተቀር ያላቸው ከእነርሱ በፊት ከነበሩት እንደተቀበሉትና ለወደፊትም ለሚመጡት አሳልፈው እንደሚሰጡ ማወቅ ይኖርበቸዋል። በወቅቱ የሚያገኙት የገንዘብ ጥቅም ብቻ ሳይሆን፣ በአገልግሎትም፡ አሠሪው በማሠራት፣ አስተማሪው በማስተማር፣ ሌሎች በአካባቢ ያሉትም ሆነ የሌሉት በሕይወታቸው ላይ ያደረጉትን አስተዋጽኦ በማሰብ ለሌሎች የተቀበሉትን ማስተላለፍ ኃላፊነት እንዳላቸው ከተገነዘቡ የባለአደራነት መሪነት እንደሚጠቀሙ ያሳያል። በድርጅታቸው የሚሰጠው አገልግሎት፣ ወረትም ሆነ ምርት፣ ለደንበኞቻቸው በጥራት ሊደርስ እንዲችል ማሰብ፣ የመልካም ባለአደራነት አመራር ነው። እንደ ባለአደራዎች በድርጅታቸው የተቀጠሩትም ሰዎች፣ ጤንነት፣ ፍላጎት መሟላት፣ ክህሎት ማዳበር፣ በሞራል መቆጣጠር፣ የሚገባቸውን መስጠት፣ የባለአደራነትን መሪነት መወጣት ነው። ከዚህም በላይ ያላቸውም፣ የሚያውቁትም ሆነ የወረሱት፣ ቅርስ፣ ጤንነት ከእነርሱ የበለጠ ስጦታ እንደሆነ ከማሰብ የተነሳ የባለአደራነት ስሜት እንዲሰማቸው ያስፈልጋል።

የባለአደራነት ባሕሪይ ባለአደራም ይሁን አደራ ሰጪ የምናስተዳድረው ንብረት ሁሉ የእኛ ብቻ እንዳልሆነ፣ ለሌሎች ተጠያቂዎች እንደሆን በማሰብ አደራ ልንሰጥና ልንቀበል እንደሚገባና ከዚህም የተነሳ ሁላችን እንደባለ አደራ መሪዎች ልናገለግል እንደሚገባ ያሳስበናል። በዓለማችን እንደዚህ ዓይነት የባለአደራነት አመራር ቢኖር፣ ዕድገት፣ ነፃነት፣ ዲሞክራሲ፣ ፍትሕ፣ እኩልነትና ሰላም ይሰፍናል።

የእግዚአብሔር የበላይነት/ገዥነትና የመሪዎች ባለአደራነት

በዓለም ላይ ስለመሪነት እንደ ባለአደራ ያለው አስተሳሰብ ተጠያቂነት በሪፖርት ከሚቀርብበት? ጊዜያት አያልፍም። በክርስትና አስተሳሰብ ግን የመሪነት/እንደባለአደራ

ተጠያቂነት አስተሳሰብ ጊዚያዊ ከመሆን ያለፈ ነው እንዲያውም ዘለዓለማዊ ከሆነ የጊዜ አቆጣጠር ጋር ይያያዛል። እንደ ክርስቲያኖች የምንሠራቸው ሥራዎች ለአሁኑ ጊዜ ላለንበት ዓለም የሚጠቅም ቢሆንም፣ ለሚመጣውም ለዘለዓለም የሚያስፈልግ ነው። ይህም የሆነበት ምክንያት ለዘለዓለም የሚኖረውን እግዚአብሔርን ስለምናገለግል ነው። ሰዎች እግዚአብሔርን በሚመለከት ከዘለዓለም ጋር በተገናኘ ሁኔታ መምራት ሲኖርብን ልዩ የሆነ አመራር፣ ጥንቃቄ የሞላበት አሠራር ሊሆን ይገባል።

የእግዚአብሔርን ገዥነትና የበላይነት ከአመራራችን ጋር ስናገናዝብ፣ ዘላለማዊነትን እናስባለን። አንዳንድ ጊዜ ሰዎች በራሳቸው ገዥዎች እንደሆኑ ሊቆጥሩ ይችላሉ። ከዚህም የተነሳ ይስታሉ። በዳንኤል ምዕራፍ አራት ንጉሥ ናቡከደነጾር፣ ይህች እጄ የሠራችው ብሎ ከመታበዩ የተነሳ፣ እግዚአብሔር ከስልጣኑ በማስውገዱም በላይ ጤንነቱንም በመንሳት ሙሉ ሥልጣን ያለው እግዚአብሔር ብቻ እንደሆነ አስተማረው። ስለዚህም ናቡከደነጾር እንዲህ አለ፣

“ልዑል በሰዎች መንግሥት ላይ እንዲሰለጥን ለወደደውም እንዲሰጠው፣ ከሰውም የተዋረደውን እንዲሾምበት ሕያዋን ያውቁ ዘንድ ይህ ነገር የጠባቂዎች ትእዛዝ፣ ይህም ፍርድ የቅዱሳን ቃል ነው . . . ግዛቱ የዘለዓለም ግዛት ነውና፣ መንግሥቱም ለልጅ ልጅ ነውና” (ዳንኤል 4:17-34) እንደሚል ክርስቲያኖችም ናቡከደነጾር እንደተገነዘበው፣ እግዚአብሔር የሁሉም ገዢና ሙሉ ሥልጣን እንዳለው አውቀን የእግዚአብሔር ባለአደራ ሆነን መምራት እንዳለብን ግልጽ ነው። እግዚአብሔር በሁሉ ቦታ፣ ሁልጊዜ ሁሉንም ይገዛል። እግዚአብሔር ዓለምን ለክብሩ ለዓላማው ፈጥሮዋል?። የእርሱን እቅድ ለማደናቀፍ የሚችል ማንም የለም። ስለዚህ በልጁ ማለትም በጌታ ኢየሱስ ክርስቶስ ቤዛነት ሰዎች የማዳን ዓላማውን የሚያኮላሽ የለም። ማንም ሰው የትኛውም ሥልጣን፣ ሹመትና ክብር ቢኖረውም እንደ

እግዚአብሔር ሁሉንም ለመቆጣጠር አይችልም። እኛ ኃላፊነት ቢሰጠንም ለእግዚአብሔር ተጠያቂ በመሆን እንደ ባለአደራዎች ብቻ ልንመራ እንችላለን።

ባለአደራ፣ ትክክለኛው የአገልጋይ መሪ ትርጉም

በመጽሐፍ ቅዱስ መሠረት የሚገለጽ ባለአደራነት በጣም ግልጽና ቀላል ነው። ባለአደራ የራሱ ያልሆነውን ንብረት የሚያስተዳድር፣ ሲያስተዳድርም የሁሉ ባለቤትና ገዢ የሆነው እግዚአብሔር እንደሚቆጣጠረው በማወቅ አገልግሎቱን የሚወጣ ነው። ባለአደራ ከኃላፊነት ጋር ሥልጣን የተሰጠው ነው። ነገሥታት ከእነርሱ በታች የሚያስተዳድሩላቸው ባለአደራዎች ነበሯቸው። ለምሳሌ ዮሴፍ በግብፅ የፈርዖን ባለአደራ ነበር። ሀብታሞች ንብረታቸውን የሚያስተዳድሩላቸው ባለአደራዎች አሏቸው።

ጌታ ኢየሱስ ታማኝ ስለሆኑትና ስላልሆኑት ባለአደራዎች የሰጠውን ምሳሌ እናስታውስ። (ሉቃስ 16:1-18)

ሐዋሪያው ጳውሎስ አገልግሎቱን በሚመለከት የእግዚአብሔር ሚስጥር ባለአደራ ነኝ ይላል። (፩ኛ ቆሮንቶስ 4:11)

ሐዋሪያው ጴጥሮስም ክርስቲያኖች የእግዚአብሔር የተለያዩ ጸጋ በጎ ባለአደራዎች እንደሆኑ ይናገራል (፩ኛ ጴጥሮስ 4:10) ጴጥሮስ እንዳቀረበው ባለአደራ መሪ፣እንደባለ አደራ መንጋውን መጣበቅ እንዴት ይችላል?

መንጋውን በግድ ሳይሆን በበጎ ፈቃደኝነት፣

ለጥቅም በመስገብገብ ሳይሆን ለማገልገል ባለው ጽኑ ፍላጎት፣

በላያቸው በመሠልጠን ሳይሆን ለተሰጣቸው መንጋ ምሳሌ በመሆን፣

ጌታ ሲገለጥ እንደሚገመገምና አክሊል እንደሚቀበል በማሰብ፣

በእርግጥ እነዚህ እውነቶች የክርስትና ደቀመዝሙርነትና መሪነት መሠረት ናቸው። ክርስቲያን መሪዎች፣ በባለአደራነት፣ በሥልጣንና በመታመን ሰዎችን ለመማረክ የተካኑ ናቸው። ይህ የሚያሳየው እግዚአብሔር ምን ያህል ሰው ደካማ ቢሆንም በንብረቱ ላይ እንደሚሾመው የሚገልጽ ነው። ሰዎች ፍጥረትን ለመግዛት/ለመቆጣጠር ሥልጣን ቢሰጠንም እንደ የእግዚአብሔር ባለአደራዎች መመላለስ አለብን። ኃላፊነታችን ሌላውን ተክተንና ለወከለን ተጠያቂ ሆነን ማለፍ ነው። በዘመኑ ያለው የመሪነት ዝቅጠት ምንጩ መሪዎች ትምክህተኞች በመሆን በማን አለብኝነት መሪነታቸውን ለመወጣት ስለሚፈልጉ ነው። ባለአደራ ትምክህተኛ ሊሆን አይገባም። በተጨማሪ ባለአደራዎች ኃለፊነታቸው ችላ ብለው፣ ምንም ሥራ ሳይሠሩ ሊቀመጡ አይገባም። ባለአደራዎች መሪዎች ናቸው፣ መሪነታቸው ግን ተጠያቂነት ያለበት ነው። በምንም ዓይነት ሹመት ይቀመጡ፣ የትኛውም ዓይነት ሥልጣን ይኑራቸው፣ ባጭሩ በምንም ዓይነት ሁኔታ አገልጋዮች ናቸው።

መሪነትን እንደ ባለአደራ መወጣት

ባለአደራ የሚለው አስተሳሰብ ከገንዘብ ጋር ብቻ የተያያዘ እንደሆነ እንገምታለን። በእርግጥም ገንዘባችን ከእግዚአብሔር የተቀበልነው ስለሆነ በእግዚአብሔር መንገድ ለእግዚአብሔር ክብር መጠቀም ይኖርብናል። ባለአደራነት ግን ከገንዘብ በላይ ነው። የመሪነት ኃላፊነት ሲሰጠን፣ የመሪነት ኃላፊነታችንን የምንወጣው እንደ ባለአደራዎች መሆን አለበት። መሪነታችንን እንደ ባለአደራዎች ልንወጣ ከሚገቡ መንገዶች ጥቂቶችን ብንጠቅስ፣

1. መሪነታችን ላላ አድርገን እንያዘው፣ ምክንያቱም የመሪነት ባለቤት ሙሉ በሙሉ እግዚአብሔር ነው። በእርግጥም በመዝሙር 24:1 “ምድርና መላዋ

ለእግዚአብሔር ናት፣ ዓለምም በእርሱዋም የሚኖሩ ሁሉ።" የሚለው አባባል ትክክለኛ ነው። ሁሉም የእግዚአብሔር ነው ካልን በእኛ ውስጥ ያለው መሪነትም የእግዚአብሔር ነው ማለት ነው። እጃችንን ከፍተን መያዝ ይኖርብናል፣ የተቀባይ እጅ ሁልጊዜ ክፍት ነው።

2. እጃችን ክፍት መሆን ይኖርበታል። በፈለገው ጊዜ ባለቤቱ ሊወስደው ይችላልና። በሥልጣን ጥማትና ማዕበል ውስጥ መወሰድ የለብንም። በየጊዜው ውሳኔ ስንሰጥ እንደ ታማኝ ባለአደራ ኢየሱስ ቢሆን ኑሮ ምን ይወስን ነበር ብለን እንጠይቅ።
3. በምንሠራው ሁሉ ግልጽነት ይኑረን። ይህ አባባል ሊያስደነግጠን ይችላል። ሰው ጥፋቱን ለመሸፈን የማያደርገው ነገር የለም። ሆኖም ብናጠፋም የማይሳሳት የለምና፣ በግልጽ ጥፋታችንን አምነን ይቅርታ መጠየቁ የመልካም ባለአደራ በባሕሪይ ነው። አብረው በቡድን የሚያገለግሉ ሰዎች ጥፋታቸውን አምነው ይቅርታ የሚጠይቁ ሰዎችን መቀበል ይቀላቸዋል፣ ጥፋታቸውን ሸፍነው ወይም እያስተባበሉ አብሯቸው ከሚሠሩ ሰዎች ይልቅ። በእግዚአብሔር አንድ ቀን መጠየቃችን ስለማይቀርና ለሱ መልስ መስጠት ካሁኑ በግልጽ ስናጠፋ መናገር ብንለማመድ ይሻላል።
4. የቡድናችን አባላት ሲያጠፉ ተጠያቂነታቸውን እንዲወጡ እንርዳ። መሪዎች ከሚከብዳቸው አንዱ ቡድኑ ወይም የቡድን አባል ሲስት ማረም መቻል ነው። የቡድኑም ይሁን የግለሰቡ ስሜት ሊጎዳ የሚፈልግ ሰው የለም። ሆኖም ለሰው ስሜት ለመጠንቀቅ ተብሎ ስህተት ሳይታረም ሲቀር ትክክለኛ ባለአደራነት መወጣት አይደለም።

5. ግልጽ አለመሆን ሰዎችን መበደል ነው። ስለዚህ ቡድኑና ግለሰቦቹ ሊወጡት የሚገባ ኃላፊነታቸውን ግልጽ ማድረግ ያስፈልጋል። በተገለጸው መጠን ኃላፊነታቸው ደረጃውን ጠብቀው ሊወጡ እንደሚገባ ማሳየትና መርዳት ተገቢ ነው። ይህ ማድረግ ለቡድኑ ክፋት መሥራት አይደለም ይልቅስ እንደ በጎ ባለአደራ ኃላፊነትን መወጣት ነው።
6. ጊዜ አናባክን። ይህ ዓለም በተለያየ መልክ ዓላማ እንዳይሳካ እንቅፋቶች የሞሉበት ነው። በየጊዜዉ የሚፈለገውን ለመሥራት ስንሞክር እንቅፋት የሚሆኑ የማይፈለጉ፣ ወኔያችንን የሚሰልቡ ጉዳዮች ያጋጥሙናል። በየጊዜው ቆም ብሎ የሚሠራውን ማጤን አስፈላጊ ቢሆንም፣ ዕለት በዕለት ሊሠራ የሚገባውን ከመሥራት ቸል አንበል። ጊዜ እንደ ገንዘብ፣ በዚህ ቦታና አቅጣጫ ላስቀምጠው የሚባል ንብረት አይደለም። ቶሎ የሚጠፋ ልንቆጣጠረው የማንችል ውድ ንብረት ነው። በአደራ የምናስቀምጠው ንብረት አይደለም፣ ከየትኛውም ሱቅ ልንገዛው የምንችል ሀብትም አይደለም። ስለዚህ እንደባለአደራ የመሪነት ኃላፊነታችን ለመወጣት ጊዜያችንን እንጠቀም።
7. አሳማኝ ራዕያችን በግልጽ አናስቀምጥ። መሪዎች ተከታዮች ሳይኖራቸው ሊመሩ አይችሉም። ተከታዮችም ራዕይ የሌላቸውና ራዕያቸውን በግልጽ ያላቀረቡ መሪዎችን ሊከተሉ አይፈልጉም። ከፍና ላቅ ያለ ራዕይ ለመገንዘብና የራሳቸው ማድረግ ይፈልጋሉ። እንደመልካም ባለአደራ የመሪነት ኃላፊነታችንን ለመወጣት እንድንችል ትልቅ፣ የሚረባና ግልጽ የሆነ ራዕይ ይኑረን። ይህንንም ራዕይ ለተከታዮቻችን እናካፍል። ሊቀበሉትም እንዲችሉ በዓላማ እናሳምን።

መሪነታችንን የሚቀበሉ በጎ ባለአደራ እንደሆን ሲያውቁ ነው።

8. ቅድሚያ በመስጠት ቤተሰቦቻችንን እንጠብቅ/እንከባከብ። ከሁሉ በፊት ቤተሰቦቻችንን ለመከባከብ አደራችንን መወጣት ያስፈልጋል። መሪዎች አዳዲስ ኃላፊነት ሲቀበሉና ሲሾሙ ቤተሰባቸውን መንከባከብ እስኪሳናቸው ድረስ ጫና ይበዛባቸዋል። ከዚህም የተነሳ የቅርብ ቤተሰቦቻቸውን ይጎዳሉ። ሆኖም የትኛውም ስኬት ቤተሰብን ሊተካ አይችልም። ባለቤቶቻችንና ልጆቻችን እኛን ይፈልጋሉ። እነርሱን በመንከባከብ ባለአደራነታችንን እንውጣ፣ ከዚያ በኃላየመሪነት ባለአደራነታችን ኃላፊነታችንን በተሻለ መንገድ እንወጣለን።
9. ባለአደራነት ትኩረትና የትኩረቱን ዓላማ ይጠይቃል። ለምን ባለአደራ እደምንሆን ካላወቅን ባለአደራነታችንን በሥርዓት አንወጣም። እግዚአብሔር ለሚፈልገው መሪነት ካስቀመጠን፣ ያስቀመጠበትን ምክንያት እንድንፈጽም ነውና ለክብሩ በእርሱ መንገድ እናድርግ።

መሪነት፣ እንደ ተሳትፎ በማሳተፍ ስኬትን ማስገኛ

መሪነት ተከታዮችን በማሳተፍ ስኬትን ማግኘትና ማስገኘት መቻል ነው። ብዙ የሥራ እንቅስቃሴዎች የሚካሄዱት በቡድን በኩልና በቡድን ውስጥ ነው። የቡድን ሥራ ስኬት በአባሎች መሳተፍና ማሳተፍ ምክንያት እንደሆነ ተረጋግጦአል። መሪነት፡ ቡድኑም ሆኑ አባላቱ ሳይሰለቹ ሠርተው ስኬት ሊያገኙ እንዲችሉ የሚረዳ ነው። መሪነቱም ተሳትፎ የሚያሳትፍ ምሕዳርና ሂደት ሲኖር ነው። የቡድን መሪነትን በሚመለከት ደግሞ፣ አንድ የቡድኑ አባል፣ ከሌሎቹ የቡድኑ አባላት ይልቅ በቡድኑ አባላት አስተሳሰብ፣ አሠራር፣ ውሳኔ አሰጣጥ ላይ በጎ ተጽዕኖ የሚያመጣ ከሆነና በቡድኑ

ተሳትፎ እያንዳንዱን የቡድን አባል በማሳተፍ የቡድኑን ዓላማ ካስፈጸመ መሪ ነው ሊባል ይችላል።

በእንደዚህ ዓይነት መሪነት መሳተፍና ማሳተፍ ለምን እንደሚያስፈልግ ባጭሩ ይገለጻል። ባለፉት ትምሕህርቶች በቀጥታም ሆነ በተዘዋዋሪ መንገድ በመሪነትና በአመራር ተሳትፎ፣ በማንኛውም ሁኔታ፣ ፋይዳ እንዳለው ብናውቅም በዚህ ክፍል ግን ግልጽ በሆነ ሁኔታ ከምክንያቶቹ ጥቂቶችን ለማየት እንሞክራለን። እነዚህም፣

- ለሕልውና፣ የሰዎች መሰባደብ ለድርጅቱ ሕልውና ወሳኝ ነገር ነው።
- ለሕብረት/ለአንድነት፣ ከሌሎች ድርጅቶች ጋር ለመተባበር የአንድ ድርጅት ማንነት ወሳኝ ነው።
- ለተቋቋመው ዓላማ፣ አደረጃጀቱ፣ ሁኔታው፣ ያለበት ቦታ ብቻ ሳይሆን፣ የድርጅቱ ባለቤቶች፣ ሠራተኞች፣ አብረው የሚሰለፉ አጋር ሰዎች ጭምር ነው። አንድ ድርጅት ድርጅት ነው የሚያሰኘው በውስጡ ያሉ ሰዎች ጭምር ነው። የእነዚህ ሰዎች ማንነት፣ በግልም ይሁን ቡድን፣ በአንድነትም የሚጫወቱት ጨዋታ፣ ለድርጅቱ ትልቅ አስተዋጽኦ አላቸው። ሰዎቹ እነማን ናቸው፣ ሙያቸውና ችሎታቸውስ ምንድር ነው፣ በውስጥም ሆነ በውጭ ምድባቸውና አሰላለፋቸው ምን ይመስላል? እነዚህን ጥያቄዎች በሥርዓት መመለስ ግዴታ ነው። መልሱም የድርጅቱ ማንነትና አሠራር ምን እንደሚመስል በደንብ ይገልጻል።
- ለዕድገት፣ በድርጅቱ ውስጥ ያሉትም ሰዎች ሆነ ድርጅቱ ሊያድግ እንዲችል። እድገት ከተፈለገ የሰዎቹን ማንነት፣ ይዞታና ፍላጎት ማወቅ እስፈላጊ ነው። ግለሰብ እንዲሻሻል እንዲሰለጥን ከተፈለገ፣ ሠራተኞቹ ራሳቸው መፈለግ አለባቸው። ያለፍላጎቱ ምንም ማድረግ አይቻልም። በስልጠና ማሳደግ ካለብን፣ ጉድለቱን አውቀን፣ እርሱም አውቆ በመሰልጠን የሚገኘውን ጥቅም ተረድቶ ቢሰለጥን

ስልጠናው ውጤታማ ይሆናል። ስለዚህም ሠራተኛ ስልጠና ውሳኔ ሂደት ውስጥ መሳተፍ ተገቢው ነው። ሠራተኛው በተሻሻለ መጠን ድርጅቱም ይሻሻላል፣ ያድጋልም።

- ❖ <u>ለጥራት፣</u> ጥራት ያለው ሥራ መሥራት ይቻላል። ጥራት ያለው ሥራ የሚሠራው የተለያየ ስጦታ ያላቸው ሰዎች አብረው ሲሠሩ ነው። ጥራት ምን ጊዜም ቢሆን በማረምና በመተራረም የሚገኝ ነው። የተለያየ ስጦታና ችሎታ ያላቸው አብረው ቢሠሩና በመሃላቸው መደማመጥ ቢኖር በሐሳብ አስሰጣጣቸው እኩል ተሳትፎ እንዲኖራቸው ቢደረግ፣ በምቹ ሁኔታ ሓሳብ ሊለዋወጡ እንዲችሉ ቢደረግ፣ ጥራት ያለው ሥራ በጋራ ሊሠሩ ይችላሉ። ለአንዱ የማይታየው ስህተት ለሌላው ይታየዋል። ከዚህም የተነሳ እያረሙ እያስተካከሉ ይሠራሉ።
- ❖ <u>ለስኬታማነት፣</u> ድርጅቱ ውጤታማ እንዲሆን፣ ውጤታማነት ብዙ በማምረትም በጥራትም ሊለካ ይችላል። መጽሐፍ ቅዱስ “ከአንድ ሁለት ይሻላል አንዱ ቢወድቅ ሁለተኛው ያነሳዋል” እንደሚባል ሁሉ አንዱ ቢደክም ሁለተኛው ይረዳዋል። ስለዚህ በድርጅቱ ውስጥ ያሉ ሰዎች በሙሉ የሚሠሩት ሥራ፡ በጥቂት ሰዎች ከሚሠራ ይበልጣል። በብዛትም በጥራትም ሠራተኛው በሙሉ እንዲሳተፍ ብናበረታታና ሊሳተፍ እንዲችል የሚረዳ አውቃቀርና አደረጃጀት ብንጠቀም የተሻለ ሥራ እንደሚሠራ እርግጠኞች ነን።
- ❖ <u>ለእርካታ፣</u> ሠራተኛው ረክቶ እንዲሠራ ይረዳል። የሰው ልጅ እርካታ ከሚያገኝበት ስጦት አንዱ ነፃነት ነው። ማንኛውም ሰው ነጻነቱ ሲከበርለት ይረካል። ይህንን ነጻነት ተጠቅሞ በፈለገው ጊዜ በፈለገው ቦታ በፈለገበት ሁኔታ ሊያገለግልና ሊገልገል ይመኛል። ስለዚህም በየትኛውም ድርጅት፣ ሕብረት እርሱን የሚመለከት ጉዳይ ሲነሳም ሆነ ውሳኔ ሲወሰን ያገባኛል ብሎ መሳተፍ ይፈልጋል።

በመሳተፉም በመርካት ኃላፊነቱን ለመወጣት ይጥራል። በዚህም ምክንያት የሚሳተፍበት ድርጅት ስኬታማ ይሆናል።

- ❖ <u>ለቅንነት፣</u> ቅን አመለካከት ቅን ፍርድ ስለሆነ፣ ስለሰው ያለን አመለካከት አመራራችንን ይወስናል። "ሰው ክቡር ነው፣ ቅን አመለካከትንና ፍርድ ይሻል፣ እውነትን ይፈልጋል፣ በነጻነት ቢመላለስ ይወዳል" የሚል አመለካከት ካለን ከሰው ጋር ስንሠራም ሆነ ስናሠራ ይህን ሁሉ ግንዛቤ ዉስጥ አስገብተን መሆን አለበት። ስለዚህ ከሰው የምናገኘው ምላሽ በዚያ መጠን ቀና የሆነ ነው። አመለካከታችን ተቃራኒው ከሆነ፣ ግኑኝነታችን የተበላሸ ይሆናል።፣ የምናገኘውም ምላሽ ረብ የለውም።
- ❖ <u>ለግኑኝነት መጠንከር፣</u> መደማመጥ፣ መቀባበል፣ መስማማት፣ ካልተስማሙ በግልጽነት በትህትና መከራከር፣ በአንድነት መሥራት ይቻላል። ይህ የሚቻል የድርጅቱ መዋቅር፣ የመሪዎቹ ባሕሪይ፣ የተዘረጋው ስርዓት ለመሳተፍና ለማሳተፍ የሚመች ሲሆን ነው።
- ❖ <u>ለስነመለኮታዊ ድጋፍ፣</u> የስነመለኮታዊ ክርክር ድጋፍ ይሰጣል። ቤተክርስቲያንን እንደ ድርጅት አድርገን ብንወስድ አንድ አጥቢያ ቤተክርስቲያን፣ ሕልውናዋ፣ ዓላማዋ፣ ስልትዋ፣ አሠራርዋ፣ ፕሮግራሟ፣ መዋቅሩዋና በውስጧ ያሉ የአባሎችዋ አኗኗር በእግዚአብሔር ቃል የተመሠረተ ስነመለኮት የሚያንጸባርቅ ካልሆነ ስኬታማነት ይቅርና ጤናማ ናት ልትባል አትችልም። ከቃሉ የተነሳ ስነመለኮት ለምትጠቀምበት አመራር ምንጭና መለኪያ ነው። በአንድ አጥቢያ ቤተክርስቲያን ውስጥ በሚታየው አመራር የአባሎች ተሳትፎ እንደሚደግፍ እንዴት ልናውቅ እንችላለን? የስላሴን በአንድነት መገለጽና አሰላለፍ መረዳት፣ የቤተክርስቲያን በአካልነት መግለጫ ማስተዋል፣ የመንፈስ ቅዱስ የጸጋ ስጦታና አሠራር መገንዘብ ያስፈልገናል።፣ የጥንቷ

ቤትክርስቲያን ታሪክና በዘመናችን ያሉ ስኬታማ አጥቢያ አብያተክርስቲያናት አሠራር ስንመለከት እንደ አባል መሳተፍና እንደመሪዎችም አባላትን ማሳተፍ አማራጭ የሌለው ኃላፊነት እንደሆነ ያመለክተናል። ጥናታዊ ድጋፍ፣ የአጥቢያ ቤተክርስቲያን ልምድ፣ በታሪክ፣ በጥናትና በስነመለኮት የተደገፈ አሠራር ብንመለከት አመራራችን አባሎችን በአመራር ማሳተፍና እኛም መሳተፍ እንዳለብን የሚጠቁም ነው።

መሪነት፣ ኃይልና ሥልጣን

መሪነት፡ ሰዎች የሌሎችን ሰዎች ፈቃድ ለመቀየር እንዲችሉ በጎም ይሁን መጥፎ ተጽዕኖ ለማምጣት የሚጠቀሙበት ኃይል፣ ሥልጣን ወይም ሁለቱም ነው። ኃይል የሰዎችን ፈቃድ ለመቀየር እንዲችሉ ተጽዕኖ ለማድረግ የሚጠቀሙበት የችሎታ ብቃት ነው። ሥልጣን በሌሎች ሰዎች ፈቃድ ላይ ተጽዕኖ ለማምጣት እንዲችሉ የተሰጣቸው የማዘዝ ሹመት ነው። ብዙ ጊዜ ኃይልና ሥልጣን አንድ ዓይነት እንደሆኑ እንቆጥራለን። ሆኖም ሁለቱም ሰው ፈቃዱን እንዲቀይር የማድረግ ባሕሪይ ቢኖራቸውም አንድ አይደሉም። አንድደኛው ከሹመት የተገኘ ተጽዕኖ ሰጪ ጉልበት ነው። ሁለተኛው ግን በእኛ ውስጥ ከሚገኘው ችሎታ የመነጨ ተጽዕኖ ሰጪ ጉልበት ነው። የሁለቱም ልዩነት ከዚህ በታች እንደሚከተለው ለመግለጽ እንሞክራለን።

ኃይል/ጉልበት

ኃይል ማለት ሌሎች ሰዎች ሊያደርጉት የሚፈልጉትንም ሆነ የማይፈልጉትን እንዲያደርጉ ወይም እንዳያደርጉ ተጽዕኖ የመፍጠር ችሎታ ነው። ሰውየው ካለው የተፈጥሮ ስብእናም ይሁን ካለው ሹመት/ቦታ የሚገኝ ነው። ከስልጠናም ይሁን ከልምምድ ከሚገኝ ችሎታም የተነሳ ሊሆን ይችላል። ከኃይል/ጉልበት የሚገኝ ተጽዕኖ ከየትኛውም

አቅጣጫ ሊሆን ይችላል። ከላይ ወደ ታች፣ ከታች ወደ ላይ፣ ወደ ጎን፣ ከእልቅና ወይም ከተከታይ፣ አብረው ከሚሠሩ ውስጥ ወይም ውጭ ሊሆን ይችለል። ምንም ዓይነት ገደብ አይከለክለውም። ይህ ተጽዕኖ ብዙ ጊዜ ከፖለቲካ ጋር ሊያያዝ ወይም የፖለቲካ ይዘት ሊኖረው ይችለላል።

ሥልጣን

አንድ ሰው፣ በሕግ የተደነገገ፣ ሥርዓት የጠበቀ በሌላው ላይ ተጽዕኖ ለማምጣት የሚያስችል ትእዛዝና ምሪት፣ ለመስጠት የሚያስችል ኃላፊነት ከተሰጠው ሰውየው ባለሥልጣን ነው ይባላል።

- የድርጅቱን ዓላማ በሥራ እንዲተረጎም የሚሰጥ ሹመት ነው።
- ከላይ ወደ ታች የተዋረድ ደረጃ የሚጠብቅ ነው።
- አለቃ ተከታይን በውክልና ሥልጣን ሊሰጥ ይችላል።
- በድርጅት ላይ ለውጥ ለማምጣት እንዲቻል በሌሎች ሰዎች ውክልና የሚሠራበት ሁኔታ ነው።
- ከሹመት የሚመነጭ ተጽዕኖ ፈጣሪ ነው።
- የተሾመ ሰው ደረጃው ከፍ ባለ ቁጥር በሌላ ሰው ላይ የሚያመጣው ተጽዕኖ ከፍ እያለ ይሄዳል።
- ከሹመቱ ሲሻር ተጽዕኖ ማምጣት አይቻልም።
- በሹመት ጊዜ በተሾመበት ድርጅት ብቻ ተጽዕኖ ማምጣት ይቻላል።

በኃይል/በጉልበትና በሥልጣን ያለው ቁልፍ ልዩነቶች

- ኃይል/ጉልበት አንድ ሰው በሌላ ሰው ላይ ሊያደርገው የሚገባውንና የማይገባውን እንዲወስን ተጽዕኖ የማድረግ ችሎታ ሲኖረው ሲሆን፣ ሥልጣን ደግሞ በሕግ፣ በደንብና በሹመት የተደገፈ ትእዛዝና ውሳኔ ለመስጠት ሲችል ነው።
- ኃይል/ጉልበት ከግለሰቡ ስብእና የሚገኝ ሲሆን፣ ሥልጣን ግን በሕግ፣ በሥርዓት የተደገፈ ሹመት በድርጅቱ የሚያመጣው ተጽዕኖ ነው።

- ኃይል/ጉልበት ከእውቀትና ከችሎታ የሚመነጭ ሲሆን የሥልጣን ምንጭ ግን ሹመቱና የተሾመበት ቦታ ነው።
- ኃይል/ጉልበት ተጽዕኖ ከየትኛውም ወደ ፈለገው አቅጣጫ ተጽዕኖ ማምጣት ይችላል። ከሥልጣን የሚገኝ አቅጣጫ ግን ከላይ ወደ ታች የሚፈስ ተጽዕኖ ብቻ ነው።
- ኃይል/ጉልበት በሰውየው ስብእና የሚገኝ ነው። ሥልጣን ግን ከውክልና ጋር ከሹመት ጋር የተያየዘ ነው።
- ሥልጣን ደንብና ሥርዓት የተከተለ ነው። ኃይል/ጉልበት ግን እንዲሁ የሚፈስ ነው።

ባጭሩ ኃይል/ጉልበትና ሥልጣን የተለያዩ ናቸው። ኃይልና ጉልበት ከምደባና ሹመት ጋር የተገናኘ ተጽዕኖ አምጪ ችሎታ አይደለም። ሥልጣን ግን በሹመትና ቦታ የተወሰነ/የተደገፈ ተጽዕኖ የማምጣት ችሎታ ነው። ሥልጣን በተዋረድ በአለቃና በተከታይ የሚኖረው ተጽዕኖ ይታወቃል። የኃይል/የጉልበት ተጽዕኖ ግን በድርጅቱ ተዋረድ ለማስቀመጥ አይቻልም።

ኃይል/ጉልበት ስናስብ በተለያዩ ድርጅቶ የሚከሰተው እንቅስቃሴ የምናስተውለው ቁምነገር አለ። ይኸውም ሥልጣን፣ መሪነት፣ በሌላ ሰው ላይ ተጽዕኖ ማድረግ እንዲሁም ኃይል/ጉልበት በንጽጽር ማየት ይቻላል። በዚህ ክፍል እነዚህ አራት ቃላቶች በንጽጽርና እንዴት አብረው እንደሚሔሄዱ እንመለከታለን። ስለኃይል/ጉልበት ስናነሳ ማንም ሰው የፈለገውን ለማሠራት የፈለገውን መንገድ ይጠቀማል። ለዚህ ምሳሌ የሚሆነን፡ መንግሥቱን በታላቅ ጡንቻ ሲገዛ የነበረ ናፖሊዮን ቦናፓርት ነው፡ አመራሩ በጉልበት ነበር። አሳቡን ካልተቀበልክ ወይም ከተቀናቀንከው፣ ለብዙ ጊዜ በአካባቢው አትገኝም። ያጠፋሃል፣ ይገድልሃል ያገልሃልም።

ስለመሪነት ስናስብ ደግሞ ሌላ ሰው ትዝ ይለናል ይኸውም ጆን ኤፍ ኬኔዲ ነው። ፕሬዚደንት ኬኔዲ የናሳ

የሳይንስ ሕብረተሰብን፡ ሰውን በጨረቃ ላይ ለማሳረፍ እንዲችሉ አበረታታቸው። እነርሱም አመኑበት፣ ጥናት ማድረግና ፈጠራም ጀመሩ። እንደታሰበውም ሰው በጨረቃ ላይ ሊቆም እንዲችል አደረጉ። ከኬነዲ ይህን ለማድረግ የቻለው በጉልበት/በኃይል ሳይሆን ትክክለኛ መሪነትን በመጠቀም ነው። ይኸውም ራዕዩን ለሊቃውንቱ በማጋራት ሊቃውንቱ እርሱን በመከተል፣ የራሳቸው ራዕይ በማድረግ ዓላማውን አከናወኑለት። ስለሥልጣን ደግሞ ስናስብ አንድ የፖሊስ ባልደረባ ይታየናል። ፖሊሱ አንድ ነገር እንድናደርግ ሲያዘን፣ መሪነትና ኃይሉ/ጉልበቱን አይጠቀምም። ተጠቅሞ ሳይሆን የሚጠቀመው የማዘዝ ሥልጣኑን ይጠቀማል፡ እኛም እንታዘዘዋለን ነው። አንድ ስልጣን ከተሰጠው ለማዘዝም አቅጣጫ ለማሳየትም ይችላል። በመጨረሻ የምንመለከተው ተጽዕኖ መፍጠር መቻል ነው። በሌላ ሰው አስተሳሰብና ባሕሪይ ላይ ለውጥ ለማምጣት መቻል ነው። ጥሩ ምሳሌ የሚሆነን አስተማሪ ይሁን ቄስ በእኛ በአስተሳሰብ ተጽዕኖ የሚያመጣና ከእኛ አሳብ ተቀብሎ አስተሳሰቡን ለመቀየር የተዘጋጀ ነው።

መሪዎች፡ ሰዎችን፣ ለማሳደግ፣ ለመምራት፣ ለማስቻል፣ በእነርሱ ላይ ተጽዕኖ ለማድረግ ጉልበት/ኃይል ያስፈልጋቸዋል። መሪ የሚፈለገውን ለማከናውን እንዲችል እነዚህ በሙሉ ያስፈልጉታል። ይህም ሆኖ እያለ መሪነቱ ሥልጣንና ሹመት ማለት አይደለም። ሥልጣንና ሹመት ሲጠፉም መሪነት ሊነሳሳ ሊጀመር ይችላል። የመሪው ኃይል/ጉልበት የመጨረሻ ሊሠራ የሚገባውን ተገቢና የሚጠቅም ሥራ ተሠርቶ መታየቱ እንጂ ሂደቱን አያመለክትም። መለኪያው መልካም ውጤት መገኘቱ ነው።

ኃይል/ጉልበት የተለያዩ ሰዎች ሊኖራቸው ይችላል። አንድ ሰው በአንድ ቡድን ውስጥ መሪም እንኳ ባይሆን በሌሎች ሰዎች ላይ ተጽዕኖ ለማድረግ፣ ለመገንባት ይችላል። በአንዳንድ ሁኔታ ሥልጣንም ይሁን ሹመት ሳይኖር በሰዎች ላይ ተጽዕኖ ማምጣት ይቻላል፣ ያስፈልግም ይሆናል። ይህ ከፍተኛ

ሥልጣን ባላቸው የተለያዩ ፕሮጀክቶችን በጋራ በሚወስኑበት ብዙ ጊዜ ይታያል፡፡

ፍሬንችና ራቬን የሚባሉ የሶሻል ሳይንስ በመሪነትና ሥልጣን ላይ የጻፉ ሰዎች ስለኃይል/ጉልበት የጻፉት በጣም ጠቃሚ ሐሳብ አለ፡፡ ኃይል/ጉልበት በሚመለከት አምስት ዓይነት እንዳሉ ከገለጹ በኃላየመጀመሪያ አድርገው የሚያቀርቡት፣ ከሰው ስብእና ማንነት የሚገኝ ተጽዕኖ የማምጣት ኃይል ነው፡፡ ይህ ምሳሌ በመሆን፣ በመደነቅ በመከበር የሚመጣ ተጽዕኖ የማድረግ ኃይል ነው፡፡ እንዲህ ዓይነት ተጽዕኖ የማምጣት ኃይል ያላቸው ሰዎች ሹመት ወይም ሥልጣን ቢኖራቸውም ባይኖራቸውም ተጽዕኖ ማምጣታቸው አይቀርም፡፡ እንዲያውም በዚህ መልክ ተጽዕኖ የሚያመጡ ሰዎች አብዛኛውን ጊዜ ሥልጣን የሌላቸው ሰዎች ናቸው፡፡

ከላይ ለተጠቀሰው የመሪነት ዓይነት ጥሩ ምሳሌ የሚሆኑን፣ ማሕተማ ጋንዲና ካቶሊኳ እማሆይ ትሬዛ የሚባሉ ናቸው፡፡ እነዚህ ሰዎች በማሰር፣ በመግረፍና በጉልበት ሳይሆን በኃሳብ አሰጣጣቸውና በሕይወታቸው ምሳሌነት ተከታዮቻቸውን ሳቡ የታያቸውንም በማሳየት ዓላማቸውን ለመፈጸም ቻሉ፡፡ በማስፈራራት፣ በቅጣት ወይም የሚሰጡትን ሽልማት በማሳየት ሳይሆን በምሳሌነታቸውና በሞራላዊ ምግባራቸው በተከታዮቻቸው ላይ ትልቅ ተጽዕኖ አደረጉ፡፡

ሰዎችን ለመምራት የግድ ከሰዎች ጋር መገናኘት አስፈላጊ እንደሆነ ቢታወቅም ይህ መነካካት፣ በቁጥጥር፣ በማስፈራራት፣ በጉልበት፣ በመቅጣትና በሽልማት መሆን የለበትም፡፡ ሌሎች የሶሻል ሳይንስ ሊቃውንትም ሰዎችን በራሳቸው ፈቃድና መነሳሳት ደስ እያላቸው ሊያመርቱ እንዲችሉ ራዕይና ሥልጣን በእኩልነት ሲጋሩ እንደሚቀል ይናገራሉ፡፡ መልካም ለሆነው ዓላማ ተከታዮችን በንግግር በማሳመን፣ መልካም ምሳሌዎች፣ በመሆንና ሥልጣንን

በማጋራት የድርጅቱን የጋራ ዓላማ በቀላሉ በሥራ ለማዋል ይቻላል።

ኃይል/ጉልበትና ሥልጣን በመሪነት መጠቀም

መሪነት የሚመነዘረው በኃይል/በጉልበትና በሥልጣን ነው። መሪዎች በሌሎች ሰዎች ላይ ተጽዕኖ ለማምጣት ሲፈልጉ የሚጠቀሙት ኃይል/ጉልበትና ሥልጣን ነው። በግብይት ወይም ልስጥህ ስጠኝ ዓይነት መሪነት፣ መሪው በተከታዮች ላይ የሚያደርገው ተጽዕኖ ኃይል/ጉልበት በመጠቀም ተከታዮች አሳባቸውን እንዲቀይሩ፣ መሪው የፈለገውን ለማሠራት በዚህም የድርጅቱ ዓላማ እንዲከናወን ያደርጋሉ። ለውጥ ተኮር መሪነት ግን የድርጅቱ ዓላማ ማስፈጸም ብቻ ሳይሆን የተከታዮቹን እድገት፣ ፍላጎት፣ ለመሟላት እንክብካቤ የሚያደርጉበትና የድርጅቱን ዓላማ የሚፈጽሙበት ነው። መሪዎች ባላቸው ስጦታና ችሎታም ይሁን በተሰጣቸው ሥልጣን ወይም ሹመት ምክንያት በተከታዮቻቸው ላይ ተጽዕኖ ያደርጋሉ። መሪው ተከታዮቹ ብዙ ኃይል/ጉልበትና ሥልጣን እንዲኖራቸው በማድረግ የፈለገውን ሊሠሩለት እንዲችሉ ተጽዕኖ ያደርግባቸዋል። በዚሁም ሐገሩን ሊቆጣጠር ይችላል ይላል ስለመሪነት ጸሐፊው ኒኮሎስ ማችቬሊ።

ጌታ ኢየሱስ በመንግሥቱ ሊመሩ እንዲችሉ አስራ ሁለቱ ደቀመዛሙርቱን በሚያሰለጥንበት ጊዜ፣ ኃይል/ጉልበትና ሥልጣን መሪነትን በሚመለከት ግኑኙነት ውስጥ አስፈላጊ እንደሆነ ይገልጻል። ይኸውም ሁለቱ ደቀመዛሙርት ከሌሎቹ ይልቅ የበለጠ ሥልጣን እንዲኖራቸው በቀኝህና በግራህ እንድንሆን ፍቀድልን ብለው ሲለምኑት ነው። ደቀመዛሙርቱ እንደ ገመቱት ጌታ ኢየሱስ ኢየሩሳሌም ሲገባ በሮማውያን ላይ መፈንቅለ መንግሥት ያካሔዳል። ከዚህም የተነሳ እርሱ የአይሁድ ንጉሥ ይሆናል የሚል ነበር። ስለዚህ ከዚህ የሚገኝ ኃይል/ጉልበትና ሥልጣን ሊጋሩ ፈለጉ። ጌታ

ኢየሱስ ግን ተቃወማቸው። በመንግሥቱ ለሚያገለግሉ ከዘውድ በፊት መስቀል እንዳለ አሳወቃቸው። (ማርቆስ 10:35-40) መንፈሳዊ ሥልጣን የሚገኘው ኃይል/ጉልበት በመሻት ሳይሆን እግዚአብሔርን በመፈለግ ነው። እግዚአብሔርን መፈለግ የሚቻለው በድካም ውስጥ ነው እንጂ ጉልበተኛ እንደሆኑ በማሰብ አይደለም። የቀሩት አስሩ ደቀመዛሙርትም ጓደኞቻቸው ይህንን ጥያቄ ስላቀረቡ አዘኑባቸው። ያዘኑበት ምክንያት እነርሱም የክብር ቦታዎቹ ለራሳቸው እንዲሆን ስለፈለጉ ሊሆን ይችላል። ጌታ ኢየሱስ በደቀመዛሙርት መሃል ጭቅጭቅ እንደተፈጠረ ሲያውቅ፣ በእርግጥም መሪነት በኃይል/በጉልበትና በሥልጣን እንደሚመነዘር አረጋገጠላቸው። ጌታ ኢየሱስ በማርቆስ 10:42-45 "የአሕዛብ አለቆች ተብለው የምታስቡት እንዲገዟቸው ታላቆቻቸውም በላያቸው እንዲሠለጥኑ ታውቃላችሁ። በእናንተ እንዲህ አይደለም፣ ነገር ግን ማንም ከእናንተ ታላቅ ሊሆን የሚወድ የእናንተ አገልጋይ ይሁን። ከእናንተ ማንም ፊተኛ ሊሆን የሚወድ የሁሉ ባርያ ይሁን። እንዲሁም የሰው ልጅም ሊያገለግልና ነፍሱን ለብዙዎች ቤዛ ሊሰጥ እንጂ እንዲያገለግሉት አልመጣም።" አላቸው።

ኃይል/ጉልበትና ሥልጣን ሌሎችን ለማገልገል የምንጠቀምበት እንጂ ራሳቸው በፈለጉት መንገድ በሰዎች ላይ ተጽዕኖ ለማምጣት የሚገባ እንዳልሆነ አስተማራቸው፣ አስረግጦም አስጠነቀቃቸው። በኋላያስተማረውን በምሳሌነት ሊያሳያቸው ፎጣና ውሃ ተጠቅሞ እግራቸውን አጠበ። (ዮሐንስ 13:3-11) የነበረውን ጉልበት/ኃይልና ሥልጣን በመጠቀም ሰውን በመግዛት ፈንታ አገለገላቸው። የሚገለገሉትንም አበረታቶ አሳደጋቸውም።

ጌታ ኢየሱስ በአሁኑ ጊዜ ከሞት ከመነሳቱና በአባቱ ቀኝ ከመቀመጡ የተነሳ ሙሉ ሥልጣንና ኃይል/ጉልበት ተሰጥቶታል። ይህም ሥልጣንና ኃይል ጉልበት ለተከታዮች ሰጥቷቸዋል ወይም አብሯቸው ይሠራል። (ማቴዎስ 28:18-

20) ይህም ሌሎችን ለማገልገል እንዲችሉ ኃይል/ጉልበትና ሥልጣን ለአገልግሎት እንዲጠቀሙ ነው። መሪዎች ሥልጣንና ኃይል/ጉልበት በመጠቀም የሚከተሏቸው ሊያድጉ እንዲችሉ፣ የእግዚአብሔርን ፈቃድ በመፈጸም እንዲረኩ ለመርዳት እንጂ ለግለሳቸው ጥቅም መዋያ እንዲሆን አይደለም።

በመሪነት ላይ አምስት ዓይነት ኃይል/ጉልበት እንዳለ ይነገራል። እነዚህም በሁለት ክፍሎች ይገለጻሉ። ይኸውም በቀጥታ ስርዓት በደነገገው ሁኔታ የሚታይ የሚገለጽና በደንብ ያልተደነገገ ግልጽ ባልሆነ ሁኔታ የሚሠራ ነው።

ሀ/ በሥርዓትና በድንጋጌ በሚታይ ሁኔታ የሚገለጽ ኃይል/ጉልበት

<u>በማስፈራራት፣</u> በዱላና በማሰቃየት የምንጠቀምበት ጉልበት/ኃይል፣ ይህ ዓይነት ጉልበት በሰዎች ላይ ከሥራ አባርረሃለሁ፣ ደሞዝህ ይቀነሳል በሚል ፍርሃት፣ ከግምገማ በኃላ የሚገለጽ ኃይል ነው። የተጠበቀው ሥራ ካልተሠራ ሠራተኛው የሚሰማው ስሜት ነው።

<u>ሽልማት በመስጠትና መከልከል፣</u> ከሽልማት የሚገለጽ ኃይል/ጉልበት፣ አንድሰው እንደሚሸለም ከማወቁ የተነሳ የሚያደርገው እንቅስቃሴ ነው። ሽልማቱ እንዳይቀርበት ታታሪ ይሆናል። መሪው በተከታዩ ላይ የሚያደርገው ተጽዕኖ ሽልማት በመስጠትና በማስቀረት ነው። የተፈለገውን መሥራቱ ሲታወቅ ይሸለማል። ካልሆነ ሽልማቱ ይቀርበታል።

<u>ከሹመት የሚገኝ ኃይል፣</u> መሪ በሹመቱ ምክንያት ሊያመጣው የሚችል ተጽዕኖ ከታወቀ ተከታዩ ተጽዕኖ ይፈጥርበታል። ስለድርጅቱ ሊታወቅ የሚገባውን ጉዳይ የበለጠ ያውቃል፣ እንዲሁም ድርጅቱ ሊጠቀምበት በሚገባዉ ቅርስ፣ ገንዘብ ያዝበታል። በዚህ ሥልጣኑ በተከታዩ ላይ ተጽዕኖ ያመጣል።

ለ/ ከግል ስብእና የሚገኝ ኃይል/ጉልበት

<u>የሙያ ሊቅነት/ዕውቀትና ችሎታ፣</u> ይህ ኃይል/ጉልበት የሚገኘው ከልምምድ፣ ከችሎታና ከዕውቀት የተነሳ ነው።

ልምምድ በማካበት፣ የሙያው ሊቅነት ሲታይብን ሰዎች ወደእኛ መሳብ ይጀምራሉ። ተከትለውንም የፈለግነውን ዓላማ ግብ እንዲደርስ ይረዱናል።

በተምሳሌት የሚገኝ ኃይል/ጉልበት፣ ይህ ኃይል/ጉልበት የሚገኘው፣ ተከታዮች መሪያቸው በሚያሳየው ምሳሌ ምክንያት ሲያምኑትና ሲያከብሩት ነው። ተከታዮች መሪዎቻቸው ሁኔታቸውን እንዴት እንደሚቆጣጠሩና የሚሠሩትን ሲያዩ በመሪዎቻቸው ላይ እምነት ያድርባቸዋል፤ ራሳቸውን መስጠት ይጀምራሉ። መሪዎች በትክክል በአድልዎ አልባ ሰዎችን ስያስተዳድሩ ይሰማሉ፣ ይከበራሉ ተከታዮቻቸውም የሚፈለገውን ለመሥራት ይነሳሳሉ።

ጥሩ ግኑኝነት የሚፈጥሩና መልካም ባሕሪያት ያላቸው መሪዎች

መሪዎች ስለሰዎች ስብዕና ያላቸው አስተሳሰብ ትክክል ካልሆነ በአመራራቸው አመርቂ ውጤት ሊያመጡ አይችሉም። መሪዎች ባሕሪያቸውና ከሰዎች ጋር የሚያደርጉት ግኑኝነት ጤናማ ካልሆነ በዕውቀታቸው፣ በልምምዳቸውም ሆነ በሚገበዩት ሳይንሳዊ ጥናት ብቻ ሰዎችን መርተን የተፈለገው ግብ እንደርሳለን ቢሉ ዘበት ነው። ስለዚህ ከሰዎች ጋር የሚኖራቸው ግኑኝነትና በባሕሪይ በአመራራቸው ወሳኝ ነው። ከዚህ በታች ለናሙና አስፈላጊ ናቸው ብለን የምናሳስባቸውን ጥቂት ባሕሪያትና ከግኑኝነት ጋር የተያያዙ አስፈላጊ ጉዳዮች ባጭሩ ይቀርባሉ።

ከአስፈላጊ ጉዳዮች/ችሎታዎች ውስጥ ጥቂቶቹ፣ እነዚህ ችሎታዎች እርስ በርሳቸው የተያያዙ ቢሆኑም ተራ በተራ በሥራ ብናውላቸው ጥሩ መሪዎች እንድንሆን ይረዳሉ፤ ለድርጅታችንም የሚጥቅሙ ናቸው። እነዚህን ችሎታዎች ማዳበር በግልም ይሁን እንደመሪዎች ውጤታማዎች፣ ምርታማዎችና ከተከታዮቻችን የሚፈለገውን አገልግሎት እንድናገኝ ይረዱናል

የራስም ሆነ የሌላውን ስሜት ተረድቶ የማስተባበር ችሎታን ማዳበር፣ መሪዎች የራሳቸውንም ሆነ የሌሎችን ስሜት በመረዳት የማስተባበር ችሎታ ካላቸው የሰዎችን ስሜት በመረዳት፣ በማድነቅና ዕውቀት በተሞላበት ዘዴ ስሜትን ለትብብርና ለምርታማነት ይጠቀሙበታል። ስኬት የራስን ስሜት መረዳትና የማይፈልገውን ስሜት መቆጣጠር እንዲሁም ወደ ተገቢው ዓላማ ግብ እንዲደርስ ለመሥራት ማነቃቃት ነው። በጠለቀና በመጠቀ ሁኔታ የራስንም ሆነ የሌላውን ሰው ስሜት መገንዘብ መቻል፣ ስሜትን በመቆጣጠር ሌላው ሰው የሚያስፈልገውን ድጋፍ በመስጠት የሚፈለገውን ምግባር እንዲያከናውን ይረዳል። ይህ ቢሆን ከተከታዮች ጋር ሊኖር የሚችል ግጭትም ሆነ አለመግባባት በቀላሉ ለመፍታት ይቻላል። ስሜትን መረዳት ከጉዳት የተነሳ ሊደርስ የሚችለውን ክፋትና መጥፎ ስሜት ወደ ሌሎች እንዳይደርስና ቡድናዊነትን እንዳይፈጥር ለመከላከል ይጠቅማል።

ሐሳብን በሚገባ የመግለጽ ብቃት መጨመር፣ መሪዎች ቶሎ መሠራት ያለባቸውን ጉዳዮችን በጽሁፍም ይሁን በቃል ለሌሎች በግልጽ ሐሳባቸውን በማቅረብ ጥራትና ጥልቀት ሊኖር እንዲችል አድርገው ሲያቀርቡ ተከታዮቻቸው ሐሳባቸውን ብግልጽ ሊረዷቸው ይችላሉ። ሰዎች በአጠቃላይ ሲነገራቸውም ሆነ ሲጻፍላቸው ጥንቃቄ የጎደለውና ስሜታቸውን የሚጎዳ እንዳይሆን ሲፈልጉ ራሳቸው ግን ይህንን ጥንቃቄ የሞላው አቀራረብ ሲጎድላቸው ይታያል። ለምሳሌ አንድ በችኮላ ውሳኔ የሚያስፈልገው ጉዳይ ይዞ ዝምተኛ ወደ ሆነ ሰው ቢመጣና ቢቀባጥር መልእክቱ ተቀባይነት አይኖረውም። ራስን መግለጽ ከንግግርና ከጽሑፍ ያለፈ ነው። መልዕክቱ የሚተላለፍላቸው ሰዎች መልእክቱን እንደ ተፈልግነው መረዳታቸውን ማወቅ ተገቢ ነው። ይህ አለመግባባት እንዳይፈጠር ይረዳል፣ በአንድነት የሚፈለገውን ለመሥራት ያስችላል።

የተከታዮችን ብቃት እንዲጨምር መኮትኮት/ማዘጋጀትና ማሠልጠን፣ ሰዎች ምን መሥራት እንዳለባቸው እንዲነገራቸው በግድ እንዲያዝዋቸው አይፈልጉም። የመቆጣጠርና የማዘዝ አሠራር ዘመኑ እያለፈ ነው። ሠራተኞች ሊሠሩት የሚገባውን ሊሠሩ እንዲችሉ ከላይ ወደታች ትእዛዝ ከማስተላለፍ ይልቅ ሠራተኞች ኃላፊነታቸው ሊወጡ እንዲችሉ ማዘጋጀት፣ መንከባከብና አቅማቸውና ሙያቸው እንዲጨምር ማሰልጠንና ማስተባበር እየተለመደ መጥቷል። ይህን አሠራር እንዲሁ ትእዛዝ ሰጥቶ ከማሠራት ይልቅ ክህሎት የሚጠይቅ ነው። የመሪዎች ዓላማ እንደአሰልጣኞች ተከታዮች እንደ ቡድን እንዲሠለጥኑ እንዲያድጉና ነፃነት እየተሰማቸው ኃላፊነታቸውን በጋራ ሊወጡ እንዲችሉ ነው። የመሠልጠን ዝንባሌ ያላቸው መሪዎች ሁልጊዜ የተከታዮችን ጉድለት በማወቅ እንዲስተካከል ድጋፍ መስጠት ነው። በትእዛዝ ፈንታ እንቅፋት የሆነባቸው እንዲወገድላቸው በዚሁ ሂደት እንዲሳተፉ ይረዷቸዋል። ተከታዮች ሊያደርጉት የሚገባውን ሁልጊዜ የሚነገራቸው ከሆነ የፈጠራ ችሎታቸው አይዳብርም በራሳቸው ተነሳሽነት መሥራት አይሆንላቸውም። ሁልጊዜ የሚሠሩትን እንዲነገራቸው ይጠብቃሉ።

ከሰዎች ጋር የመግባባት ችሎታ፣ ከሰዎች ጋር የመግባባት ችሎታ ያላቸው መሪዎች ተከታዮቻቸውን ያከብራሉ በእነሱም ተቀባይነታቸውን ያዳብራሉ። የሚያደርጉት ግምገማ ከራሳቸው ሳይሆን በንቃት እያደመጡ ስለተከታዮቻቸው በማሰብ ከሚገመግሟቸው ሰዎች አንጻር ነው። እንደዚህ ዓይነት መሪዎች ጠንካራ ቡድን መፍጠርና የመግባባት፣ የመተሳሰብንና የመረዳዳት ባሕል ያዳብራሉ። ብዝሐነትን ይቀብላሉ፣ የሐሳብ ልዩነትም ያስተናግዳሉ። ግጭትና አለመግባባ ሲፈጠር እንደ ዕድል ተጠቅመው በአንድነት ችግሩና ቀውሱን ለመፍታት ይጥራሉ። ከስዎች ጋር አብሮ የመኖርና የመሥራት ችሎታን ማዳበር አንድነትን

ከማጠንከር አልፎ ጥራትና ወጤት ያለው ክንውን እንዲኖር ይረዳል። የራስን ፈላጎት ብቻ ሳይሆን የሌላውንም ፍላጎት መሟላት ቅድሚያ መስጠት፣ በፊት በሠራንበት ቦታ የምናደንቃቸው መሪዎች ብናስብ አንዱ የምናስተውሰው የሚያደንቁንም ሆነው ይገኛሉ። የዚህ ክህሎት ዋናው ቁምነገር ስለራስ ከማሰብ በተጨማሪ ስለሌላ ማሰብ መቻል ነው። ተከታዮቻቸውን የሚያደንቁና የሚያመስግኑ መሪዎች ከተከታዮቻቸው ጋር ይቀራረባሉ፣ መልካም ግኑኝነትም ይኖራቸዋል። ተከታዮቻቸው በመሪዎቻቸው እንደሚፈለጉ፣ እንደሚሰሙ፣ እንደሚከበሩና ሐሳባቸው ተቀባይነት እንደሚያገኝ ያውቃሉ። ተከታዮችን ማድነቅና ማመስገን የተከታዮችን ሐሳብ፣ ችሎታ፣ ትጋትና መሰጠት ለጋራ ዓላማ መሳካትና ለድርጅቱ ጠቃሚ እንደሆነ ያሳያል። መሪዎች ሆነ ብለው በየወርም ይሁን በሌላ ጊዜ ተከታዮቻቸውን የሚያመስግኑበት ባሕል ቢያዳብሩ ተከታዮች ታማኝነታቸውን ይገልጻሉ፣ ይበረታታሉ፣ የፈጠራ ችሎታቸው ይዳብራል፣ ምርትም በጥራትና በቁጥር ይጨምራል።

ከአስፈላጊ መልካም ባሕሪያት ውስጥ ጥቂቶቹ

<u>ቅንነት</u>፣ ቅንነት ማለት ታማኝነትና በምንም መልክ ከሙስና መራቅ መቻል ነው። በሥራ ቦታ መልካም ሞራልና ግብረገብነት ሲታይበት ነው። ቅንነት ሲኖር የሥራ ባልደረቦች መልካም ግኑኝነት፣ መተማመንና ተረዳድቶ መሥራት ይኖራል። ቅንነት ያለው ሰው አብሯቸው ከሚሠሩ ሰዎች ጋርም ሆነ ከሚያገልግሏቸው ሰዎች ጋር በሚያምንበት፣ በተገለጸው እሴት ይኖራል። ቅኖች፡ ሰዎችን ወደራሳቸው መሳብ ይችላሉ፣ ተከታዮችንም ያፈራሉ። በግልጽነታቸው የሚታወቁ ለብዙዎች የሥራ ባልደረቦቻቸው አርአያ ናቸው።

<u>ግልጽነት፣</u> ግልጽነት የራሳችን እውነተኛ ማንነት ለሌሎች ለማሳየት መቻል ነው። ብዙ ሰዎች፣ የራሳቸውን ማንነት ዕውነቱን መግለጽ የሚያቅታቸው፣ መደበቅ

የሚፈልጉ፣ ሌሎችን የማይቀበሉና የሚኮንኑ ናቸው። እንዲህ የሚሆኑት ካሁን በፊትም ተጎድተናል የሚል አስተሳሰብ ስለሚኖራቸውና በራሳቸው ስለማይተማመኑ፣ እርካታም ስለሌላቸው ነው። ይህንን በሚያደርጉበት ጊዜ ግን ብዙ በሕይወታቸው ይጎዳሉ። በግልጽነት ግን ትክክለኛውን ስሜታቸውን ይረዳሉ። ከዚህም የተነሳ የሚፈለገውን በመናገር ፣ በመቆጣጠር ማስተካከል ይችላሉ። ይህም ሲሆን ነፃነትና ሰላም ይኖራቸዋል። ግልጽነት ራስን በቃልም ይሁን በጽሁፍ መግለጽ መቻል፣ ታማኝ መሆን፣ ሳይውል ሳይዘገይ ምላሽ መስጠት መቻል፣ ሰውን ማክበርና ስሕተትን መቀበል ያጠቃልላል። በተጨማሪም ግልጽነት ራስን ከመግለጽ አልፎ ተጠያቂነት እንዳለው መረዳት መቻል ነው። ግልጽነት በድርጅትም ሆነ በሕብረተስብ ውስጥ አስፈላጊ ነው። አስፈላጊነቱ ብዙ ምክንያቶች ቢኖሩም ከሁሉ የበለጠ መተማመን ሰለሚፈጥር ነው። ሰዎች በመሪዎቻቸውና በድርጅቱ ላይ ግልጽነትን ካዩ፣ እነርሱም ግልጽነትን ይለማመዳሉ ታማኝ አምራቾችና በትብብር የሚሠሩ ይሆናሉ። ግልጽነት ዕውነት የሆነውን መናገር፣ ሽፍጥ የማይታይበት፣ ሁሉም ሊያውቀው የሚገባውን የድርጅቱን ሁኔታ ለሁሉም ማሳወቅ መቻል ነው። ይህም ለመሪዎች ብቻ ሳይሆን፣ ለሠራተኞች፣ ለሸርከኞች፣ ለየድርጅቱ ተገልጋዮችም ጭምር ነው። ያላመረቱትን አምርተናል፣ ትርፍ ያላገኙበትን ትርፍ አግኝተንበታል በማለት ፕሮፖጋንዳ መንዛት ግልጽነት እንዳይኖር ያደርጋል። ግልጽነት ካለ፣ እውነት አለ፣ መተማመን አለ፣ ሀሳብ በነጻነት ይንሸራሸራል፣ መቻቻልና ጥሩ ግኑኝነት ምርተማነትም ይታያል።

<u>ትሕትና፣</u> ያለንበት ጊዜና ዓለም ውድድር፣ ፉክክር የሚበዛበት ቦታና ዘመን ቢሆንም ለስኬታማ መሪነት ትህትና ያስፈልጋል የሚለውን አስተሳሰብ ብዙ ሊህቃን ይቀበሉታል። ሆኖም ብዙ የሚፈልግ ቢሆንም ባሕሪዩ ብዙ የማይታይ ሆኖ እናገኛለን። የዚህ ዋና ምክንያት ስለትህትና ያለን አስተሳሰብ

ትክክል ስላልሆነ ነው። በእርግጥ ትህትና ሲታሰብ ከሰዎች ጋር ራሳችንን በማወዳደር ነው። ስለዚህም ትሕትና ማለት የኩራት ተቃራኒ እንደሆነ ይታሰባል። ሌላው ደግሞ ራስን ዝቅ አድርጎ ማየት መቻል እንደሆነ ይቆጠራል። ሆኖም ሁለቱም አስተሳሰብ አክርሮት ያለው አመለካከት ነው። ራሳችንን ዝቅ ስናደርግ የዝቅተኝነት መንፈስ ሐፍረት ይሞላናል። ሌላው ደግሞ ኩራት የሚለው ሌላውን ዝቅ አድርጎ ከማየት የተነሳ የሚመጣ ነው። ስለዚህም ባለን በመርካት ፈንታ የተሻለ ሆኖ መገኘት ዓላማ አድርገን እንወስዳለን። ትህትና የኩራት ተቃራኒ ከሆነ ወደላይ በመውጣት ፈንታ ወደ ታች መሄድ ነው። ስለዚህም የዝቅተኝነት ስሜት ይፈጠራል። ግን ከሁለቱ የተለየ አቀራረብ በጌታ ኢየሱስ ሲቀርብ እንመለከታለን። በማቴዎስ 23:1-12 ጌታ ኢየሱስ እዚህ ላይ ማንንም አስተማሪ ብላችሁ አትጥሩ፣ ራሳችሁም አስተማሪ በመባል አትጠሩ ይላል። በዚህ ክፍል አስተማሪ መባሉን ጠልቶ አልነበረም። ያልተስማማው የአስተማሪ ስም በመቀበል መኮፈሱና መታበዩ ትክክል እንዳልሆነ ለማሳየት ነው። የአስተማሪነት ስም ለትዕቢትም ሆነ ለዝቅተኝነት/ኃፍረት የሚዳርገን ከሆነ ቢቀርብን ይሻላል። ሰው በስብዕናው በእግዚአብሔር ተቀባይነት እንደሚያገኝ ከተረዳ በቂ ነው። የሰው እኩልነት ከምናይበት ክፍል አንዱ ይህ ከላይ የጠቀስነው ጥቅስ ነው። ሁሉም ሰው በእግዚአብሔር ዘንድ እኩል ተቀባይነት ካለው፣ ሰው ያለውና የሌላው፣ የሚያውቀውና የማናውቀው፣ ያደረገውና ያላደረገው በሰው ዘንድ ተቀባይነት እንዲያገኝ አያደርገውም። ሁላችንም እንዲህ ዓይነት አስተሳሰብ እንዲኖረን ይገባል። በዚህ አስተሳሰብ መኖር እንደሚገባን ለማሳየት በሦስት መልክ እንየው።

የደረጃ ክፍፍልን እናቁም ወይም እናራባ።_እንዲያውም ሌሎች ከእኛ እንደሚበልጡ እናስብ። ይህ ማለት ግን እነርሱ ደግሞ እንዲኮፈሱ እንርዳቸው ማለት አይደለም።

በውጭ ግፊት ሳይሆን ከውስጥ በሚመነጭ መልካም ባሕሪይ ለመኖር እንሞክር። ደቀመዝሙርነት ከውስጥ የመነጨ ወደውጭ የሚወጣ ቁምነገር መኖር መቻል ነው።
ቅድሚያ ለሰዎች መስጠት እንጂ ሰውን ያላመከለ እምነት ይዞ ሙጭጭ ማለት አያስፈልግም። ሰዎችን በስብእናቸው መቀበል መቻል የጌታችን የኢየሱስን ፈለግ መከተል ነው።

በአሁኑ ዘመን ትሕትና በድርጅቶች የሚፈለግ እንደሆነ አይቆጠርም። እንዲያውም የታወቁ የሚባሉ የድርጅት መሪዎች፣ የሠሩት ወይም ሊሠሩት የሚችሉትን ሌሎችም ይሁኑ ራሳቸው ሲተርኩት ሲኮሩበት ይታያሉ። በአገራችን፡ በመሪነት የሚጠሩ የአገር፣ የሕብረተሰብም ሆነ የድርጅቶች መሪዎች በአመራራቸው ገኖ የሚነገረው በግል ስለሠሩት ጀግንነት፣ ከሌሎች የተሻሉ እንደሆኑ የሚገልጽ አባባል ስንጠቀም ነው የነበርን እንጂ ለትሕትና ብዙም ቦታ አንሰጥም ነበር። በአሁኑ ጊዜ ግን በጥናት የተደገፈ የድርጅቶች ስኬት ምክንያት ዋነኛው ትሕትናቸው እንደሆነ ይገለጻል። ትሕትና ከትምክህተኝነትና ከእኔ የበለጠ የለም በሚል አስተሳሰብ የሌሎችን ድጋፍ የማይፈልግ ሳይሆን፣ በማንነቱ፣ ባለው ስጦታም ሆነ ችሎታ ሌሎቹን የማገልገል እሳቤ የያዘ ነው። ከትሕትና ጋር የተያያዙ ጤናማ ልምምዶችና ባሕሪያት ጥቂቶችን ብንጠቅስ፣ ሰዎች በተለያየ የሥራ ምድብ ቢሠሩም ከምድቡ የተነሳ ማበላለጥ የሌለበት፣ ተከታዮች የሚደመጡበትና ሐሳባቸው ተቀባይነት እንዳለው የሚረዱበት፣ መሪዎች ሲሳሳቱ ስሕተታቸውን በሒስ የሚቀበሉብትና ድርጅቱ የማያዋጣ እቅድ አዘጋጅቶ መሥራት ጀምሮ ከሆነም አቅጣጫውን ለመቀየር ዝግጁ የሚሆንበት ልማድ ነው። ትሕትና የሚያሳዩ መሪዎች ጥሩ ሠራተኞችን ወደራሳቸው መሳብ ብቻ ሳይሆን አብሯቸው የሚሠሩም ጥለዋቸው ለመሄድ አይፈልጉም። በትሕትና የሚሰጥ አመራር ከጥንት ጀምሮ የነበረ ነው። በተለይ ጌታ ኢየሱስ በትምሕርቱም ሆነ በምሳሌነቱ የገለጸው ነው። የዚህ ዓለም መሪነት፣

መግዛት፣ መጨቆን ከማገልገል ይልቅ መገልገል የሚዘወተርበት እንደሆነ በመግልጽ ሲሆን የእርሱ አመራር ግን ሌላውን የማስቀደም የማገልገል ሥራ እንደሆነ ለማሳየት የደቀመዛሙርቱን እግር በማጠብ አሳየ። ከዚህም የተነሳ ነቢዩ መሐመድም ሆነ ማሕተማ ጋንዲ በጌታ ኢየሱስ አመራር የተደነቁ እንደሆነ ይገለጻል። በመጽሐፍ ቅዱስ ውስጥም የመጥምቁ ዮሐንስ "እርሱ ሊልቅ እኔ ግን ላንስ ይገባኛል" የሚለው አባባል፣ የሐዋሪያው ጳውሎስ "እርስበርሳችሁ ተከባበሩ" የሚለውን ምክር፣ የጌታ ኢየሱስ "የሰው ልጅ ሊያገለግል እንጂ ሊገለገል አልመጣም" በማለት የሰጠውን መግለጫ ለመሪነት ምን ያህል ትሕትና እንደሚያስፈልግ ይጠቁመናል። ትሕትና ለመኩራራትም ሆነ ለሐፍረት የሚዳርግ አይደለም። ራስን በማንነት ተቀብሎ ሌሎችንም በማንነታቸው መቀበል መቻል ነው። ያለንን ስጦታ፣ ችሎታ፣ ሀብትና ምንነት ለራሳችን ብቻ ሳይሆን ለሌሎችም ሊጠቅም እንዲችል ማቅረብ መቻል ነው። ሰዎች ትሕትናን ሊለማመዱ ከሚችሉባቸው ልምምዶች ጥቂቶችን ብንጠቅስ፣

- ❖ አዲስ እውነት ለማግኘት መጓጓት፣ ሁልጊዜ የመማር ፍላጎት ማሳደር፣
- ❖ የሰዎችን ሐሳብ/ትችት ለመቀበል መዘጋጀት። ትችቱን እንደ መልካም ስጦታ ተቀብሎ እርምት መውሰድ፣
- ❖ ግብዝ አለመሆን፣ ስሕተት በምንፈጽምበት ጊዜ ይቅርታ በመጠየቅ ስሕተቱን ማስተካከል መቻል፣
- ❖ ለሁሉም ጥያቄ መልስ እንዳለው ሰው ሆኖ አለመቅረብ፣ ትክክለኛ ጥያቄ በማቅረብ መልሱን ከሌሎች ለማግኘት መሻት፣
- ❖ አገልጋይ መሪ ሆኖ መገኘት፣ የመልካም ተከታይ ባሕሪይ በአመራራችን ላይ ለማሳየት መጣር፣ እኛ ልናደርገው የማንፈልገውን ሌሎች እንዲያደርጉ አለማስገደድ።
- ❖ ጽናት/ራስን መስጠት፣ ለዓላማና ሊደረግ የሚገባውን ለማድረግ ራስን አሳልፎ መስጠት መቻል ነው። ከተሰጠው

ወይም ከሚፈለገው ሌላ ከመሥራት ራስን መግታት መቻል ነው፡፡ አንድ ነገር መሥራት ስንጀምር የሚሰማንን የሞቅታ ጊዜ አልፎ በብርታት መሥራት ስንቀጥል ጽናታችን ያሳያል፡፡ አስቸጋሪ ሁኔታና ዕንቅፋት ቢያጋጥምም የሚያደርጉትን ከማድረግ የማንመለስበት ሁኔታ ሲፈጠር ጽናታችንን ያሳያል፡፡ ጽናት ተስፋና ቃልኪዳን ሲፈጸም የተዘጋ የሚመስለውን በር እስኪከፈት ማንኳኳት መቻል፤ ራዕያቸውን ለመፈጸም፤ የተመኙትንም በተግባር ለመፈጸም መቻልን ያጠቃልላል፡፡

ምዕራፍ 2
መሪዎችን ማፍራት/ማሳደግ

መሪዎችን ማፍራት/ማሳደግ ማለት ምን ማለት ነው? እንዴት ቢደረግስ ነው ጥሩ ውጤት የሚገኘው? መሪዎችን ማፍራት/ማሳደግ ማለት የሚከተሉን ሦስት ደረጃዎች የያዘ ሂደት ነው። ሀ/ ሆነ ብሎ ከድርጅቱ ሠራተኞች መካከል የመሪነት እምቅ አቅም ያላቸውን ሰዎች መልምሎ የመሪነት ባሕርይና ክህሎታቸው ሊሻሻል እንዲችል መርዳት። ለ/ ይህንን እርዳታ ሊያገኙ እንዲችሉ የመሪነት ትምህርት፣ ሥልጠና እንዲሁም ልምምድ እንዲያደርጉ የተሻለ ችሎታ፣ አቅምና ልምምድ ካላቸው መሪዎች ጋር እንዲገናኙ ማድረግ። ሐ/ ከዚህም የተነሳ በድርጅቱ ባሉት ሠራተኞችና በአጠቃላይ የድርጅቱ የሥራ ውጤትና ባሕል ላይ ትልቅና በጎ ተጽዕኖ ለማድረግ እንዲችሉ ማዘጋጀት ነው።

መሪዎችን ማፍራትን/ማሰደግ በሚመለከት የተለያዩ ግምቶችና መላምቶች ይነሳሉ። እነዚህ ግምቶችና መላምቶች ለማይት እንዲቻል መሪዎች እንዴት ይገኛሉ የሚለውን ጥያቄ በተለየዩ ሊቃውንት በተለያየ መልክ ሲመለስ እንመለከታለን። የመጀመሪያው አስተሳሰብ፣ አንዳንድ ሊቃውንቶች እንደሚሉት፣ በፊት መሪዎች ከነበሩ ወላጆች መሪዎች ሊወለዱ ይችላሉ ይላሉ። ይህ ማለት የመሪነት ዝንባሌ፣ ባሕሪይም ሆነ ችሎታ በተፈጥሮ/በውርስ መሪዎች ከሆኑ ወይም ከነበሩ ወላጆች ብቻ እንደሚገኝ ይገምታሉ። ይህ እሳቤ አንድ ሰው መሪ ሊሆን የሚችለው ወላጆቹ መሪዎች ከሆኑ ወይም ከነበሩ ነው። ንጉሥ ከነገሥታት ብቻ ሊገኝ ይችላል። የንግሥና መብትም ሆነ ክህሎት የሚገኘው በመወለድ ብቻ ነው። ከዚህም የተነሳ መተካካት ቢያስፈልግ በፊት መሪዎች ከነበሩ ዝምድና የተነሳ የሚገኝ ክህሎት እንደሆነ ይቆጠራል። የዚህ አስተሳሰብ መከሰቻ በአገራችን የነበረው የዘውድና የፊውዳል ሥርዓት መመልከት በቂ ነው። ይህ ሥርዓት

ሕብረተሰብ መሪዎችና ተከታዮች ብሎ በሁለት ቡድን በመክፈል የመሪዎች ልጆች መሪዎች የተከታዮች ልጆች ደግሞ ተከታዮች እንደሆኑ የሚቆጥር ነው። ከዚህም የተነሳ ተተኪ መሪ ቢፈለግ ከመሪዎች ልጆች ብቻ እንደሚገኝ አድርገው ይወስዳሉ። ይህ አስተሳሰብ በመያዝ ወደ ቡድን አልፎም ብሔር አስተሳሰብ ሲወሰድ አንዱ ቡድን ብሎም ብሔር የመሪነት ክህሎት እንዳለው ሌላው ተከታይ ብቻ እንደሆነ ሲቆጠር የብሔር ጭቆና ሊያመጣ ይችላል። የቅኝ ገገርዎች በሌላው የቅኝ ግዛት ሀገሮች ሥልጣናቸው ለማራዘምና ብዝበዛቸው ለመቀጠል እንዲችሉ ይህን አስተሳሰብ በመጠቀም ብሔር ከብሔር ሊለያይ ብሎም ሊጋጭ እንዲችል ምክንያት ሆነዋል ተብሎ ይወሰዳል።

ሁለተኛው የሊቃውንት አስተሳሰብ ደግሞ መሪነት መለኮታዊ/መንፈሳዊ ይዘት አለው፣ ሰዎች በፈጣሪያቸው፣ ሊጠሩ፣ በመንፈስ ቅዱስ ሊቀቡ/ሊካኑ፣ ሊታጠቁ፣ ሊገሩ፣ ሊሠለጥኑ ይችላሉ ይላሉ። ለዚህም እንደናሙና ከመጽሐፍ ቅዱስ አንጻር የንጉሥ ሳኦል ከአህያ ፍለጋ፣ የንጉሥ ዳዊት ከበግ ጠባቂነት፣ የነህምያ ከግዞት፣ የሙሴ ሰው ገድሎ ከመሸሽ/፣ የጌዴዎን በፍርሃት ከመደበቅ፣ የጴጥሮስ ከአሳ አጥማጅነት፣ ወጥተው የመሪነት ኃላፊነት የተቀበሉት፣ የተዘጋጁትና የተጠሩት በአምላካቸው ነው ይላሉ። ከዚህም የተነሳ እነዚህ መሪዎች መንግሥታትን፣ ማሕበረሰብን፣ የጦር ተዋጊዎችንና ቤተክርስቲያንን መሩ። ስለዚህ በዚህ መልክ ስለመተካካት የሚያስቡ አሁንም ተኪዎችን የሚያዘጋጀው እግዚአብሔር ነው። ነባር መሪዎች ከእግዚአብሔር ጋር በመስማማትና የእግዚአብሔርን ድምፅ በመስማት ተኪዎችን ያዘጋጃሉ። ከእግዚአብሔር ጋር ተስማምተውና እግዚአብሔርን ሰምተው እንደ እግዚአብሔር ፈቃድ ካልተኩ እግዚአብሔር የሚፈልገውን በፈለገው ስዓት እንደሚተካ ያምናሉ።

ይህ አስተሳሰብ በአገራችን እንዴት እንደተከሰተ ወይም እንደሚከሰት ለመመልከት እንሞክር። አስተሳሰቡን አስመልክቶ ልናነሳቸው ከሚገቡ ዋና ጥያቄዎች መሀል የሚከተሉት ናቸው። ሕብረተሰቡንም ሆነ ቤተክርስቲያንን ለመምራት እንዲችል የእግዚአብሔርን መመሪያ የሚሰማ ወይም ሊሰማ የሚችል ሰው ማን ነው? መሪው ብቻ ወይስ ተከታዮች? የእግዚአብሔር አሳብ የሆነውንስ እንዴት ማወቅ ይቻላል? እነዚህ ጥያቄዎችን በአእምሯችን አድርገን ባለፉት ዘመናት በአገራችን የነበረውን የዘውድና የፊውዳል ሥርዓት ብንገመግም፣ መሪዎች ከእግዚአብሔር የተሰጡ እንደሆኑ ይቆጠራል። ይህንን ሁኔታ በአስረጅነት ቤተክርስቲያን እየመሰከረችና እየደገፈች ሥርዓቱ እንዲቀጥል መደረጉ አንዱ ምልክት ነበር። የቤተክርስቲያን ድጋፍ ሲኖር ሥርዓቱ እንደሚቀጥል፣ ሲያንስ ደግሞ ስርወ? መንግሥት እንደሚደክም ወይም እንደሚገረሰስ የአፄ ቴድሮስ መንግሥት መገምገሙ ምልክት ሰጪ ነው። በቤተክርስቲያን መሪነት ውስጥ መሪዎች በእግዚአብሔር እንደተመረጡና እንደሚሰየሙ ሲታመን እነርሱ እንደመሪዎች ለመቀበልም ሆነ ለመተካት ከራሳቸው አልፎ የተከታዮች ሚና ምን እንደሆነ ግልጽ አይደለም። ስለዚህም በመሪዎችና በተከተዮች አለመግባባት ሲከስት እንደነበረ ግልጽ ነው።

ሦስተኛው የሊቃውንት አስተሳሰብ ደግሞ የመሪነት ዝንባሌ፣ ባሕሪይና ችሎታ በተፈጥሮ ከመወለድ የተነሳ ሳይሆን በልምምድ፣ በትምህርት፣ በሥልጠናና በአካባቢው በሚከሰተው ማህበራዊና ፖለቲካዊ ተጽዕኖ የሚገኝ እንደሆነ አድርገው ይገምታሉ። በሥራ የተሠማሩት ሰዎች፣ በሥራ ገበታቸውም ሆነ ተጨማሪ የተሰጣቸውን ኃላፊነቱ ሊወጡ እንዲችሉ ክህሎታቸውን የሚጨምር ሥልጠና ይሰጣቸዋል። እንዲሁም አጠቃላይ የዕውቀታቸውም ሆነ የክህሎታቸው መጠን እንዲጨምር የተለያየ ትምህርት እንዲከታተሉ ይደረጋል። በተጨማሪ ተምሳሌት የሚያገኙበትን ሰው

በመከተል፣ ምክርም ይሁን እርምት የሚሰጣቸውን ሰው በመስማት ሙያቸውን ሊያሻሽሉ ይችላሉ ተብሎ ይገመታል። ስለዚህ የመሪነት ክህሎት በዕውቀት ክምችት፣ በባሕሪና በልምምድ አንጻር ከወሰድነው፣ የመሪነት ክህሎቱ በትምህርት፣ በሥልጠና፣ አካቢቢ በሚኖር በልምምድ እንደሚገኝና እንደሚዳብር ይጠቁመናል። መሪነት፣ በሚሰጠው የትምህርት ዓይነት፣ የትምህርት አስጣጥ ስልት፣ በሚደረገው በሚታይ የልምምድ ንክኪ መጠንና ባለፈውና በዘመኑ ባለው ማሕበራዊ፣ ኢኮኖማዊ፣ ፖለቲካዊ ተጽዕኖ ብቻ የሚፈጠርና የሚጎለብት ብቻ ተደርጎ ይወስዳል። በአገራችን የፊውዳሊዝምን ውድቀት ተከትሎ የመጣው ሥርዓት የዚህ አስተሳሰብ እስካሁን ድረስ ዋቢ ሲሆንና በሥራ ለመተርጎም የሚሞከረው ምግባር ሆነዋል። ሆኖም የመሪነቱ ዓይነት ለአገራችን ነጻነት፣ ፍትሕ፣ እድገት ለማምጣት አልቻለም። በተቃራኒው ጭቆና ከመስፈኑ የተነሳ መረጋጋት የሌለበት ሐገር አደረጋት። ለዚህ አንዱ ምክንያት የአገሩ በጎ የመሪነት ባሕላዊ እሴቶች፣ ሞራላዊ መንፈሳዊ ባሕሪ ስላልተካተተ እንዲሁም መንፈሳዊ የመሪነት እሴቶች ያላማከለ ከመሆኑ የተነሳ አመርቂ ውጤት ሊያመጣ አለመቻሉ ነው።

ለማጠቃለል እንዲቻል የዚህ ጽሑፍ አስተሳሰብና ግምት የተወሰደው መሪ መሆን በአንድ ሰው ተፈጥሯዊ ስብዕና፣ የአእምሮ ክህሎትና ስሜታዊ አሠራር እንዲሁም በመለኮታዊ ጥሪ የሚገኝ ቢሆንም፣ በስልጠና፣ በልምምድና በአካባቢው በሚከሰቱ ጉዳዮችና ሁኔታዎች ሊሻሻልና ሊጨምር እንደሚችል ጥናቱ ስለሚያሳይ፣ ጥናቱን ምርኩዝ በማድረግ የሊሂቃኑ ሁሉም አስተሳሰብ ያጠቃለለ ነው። በተጨማሪም መሪ ያለተከታይ ሊኖር አይችልም። ስለሆነም ተከታዮች በሚያደርጉት ምርጫ፣ ከመሪው ጋር በሚያሳዩት የቃልም ይሁን የምግባር መነካካት መሪውን ሊመርጡና ሊቀርጹ እንደሚችሉ ጥናቶች ስለሚያመለክቱ ተከታዮች የሚጫወቱት ሚና እንዳለ የሚያምን ነው። እንግዲህ እነዚህን ጥናቶች፣

ግምቶችና እምነቶች መሠረት በማድረግ ይህ መሪዎችን ማፍራት፣ ማሰደግና መተካካት የሚል ጽሑፍ ለማቅረብ እሞክራለሁ።

ባጭሩ መሪዎች ማፍራትና ማሳደግ ማለት የሰዎችን የመሪነት ልምምድ፣ ሂደትና ውጤት ሲኬታማ እንዲሆኑ ዝንበሌያቸው፣ ባሕሪያቸውንም ሆነ ችሎታቸውን ማዳበር መቻል ያስፈልጋል። የመሪነት ኃላፊነትና ሂደት ተከታዮች አቅጣጫ እንዲይዙ መርዳት፣ ማስተባበርና ለጋራ ዓላማቸው የበለጠ ራሳቸውን አሳልፈው እንዲሰጡ ማበረታት መቻልን ያጠቃልላል። ስለሰዎች ዕድገትና አቅም ያለን አስተሳሰብ መሪዎችን ስለማፍራትና ማሳደግ ያለው አስተሳሰባችን ይወስናል። ሰዎች ሊሻሻሉ ወይም ሊያድጉ የሚችሉበት አቅም የላቸውም፣ እንዲሁም የትኛውንም መንገድ ብንጠቀም ልናሻሽላቸው አንችልም ካልን፣ እንዲህ ዓይነት አስተሳሰብ የትም ሊያደርሰን አይችልም፣ እንዲያውም እንቅፋት ይሆንብናል። ሰዎች "ካልዘራኸው አይበቅልም፣ እንደሚበቅልና አድጎ እንደሚያፈራም ካላመንክ አትዘራም" እንደሚሉ ሰዎች ያላቸውን ብቃትና ሊየደርጉት የሚችሉት ነገር ከፍ ያለ እንደሆነ የማይገምት ሰው በሰዎች አይተማመንም፣ በሰዎች ዕድገት ላይ ምንም ዓይነት አስተዋጽዖ ለማድረግ አይሞክርም። ለእድገታቸው ኃላፊነት መስጠትና ኃላፊነተቸውን እንዲወጡ ድጋፍ ማድረግ ይሳነዋል። ሰዎች የመሪነት ብቃታቸውን ሊያሻሽሉ ይችላሉ የሚል እምነት ያለው ሰው ግን፡ ሰዎች እንዲሻሻሉ ለመርዳት ይጥራል፣ እቅድ ያወጣል፣ በእቅዱም መሠረት፣ ማስተማር፣ ማለማመድ፣ ሠርቶ ማሳየት፣ ሙከራንና በሰው እምቅ አቅም በመተማመን ኃላፊነቱን ይወጣል።

ከላይ እንደተገለጸው መሪዎች ማፍራትን በሚመለከት ከቀረቡት የተለያዩ ግምቶችና መላምቶች ውስጥ አራቱ ባጭሩ ከዚህ በታች ቀርበዋል።

ሀ/ መሪነትና ተፈጥሯዊ ዕድገት፣ ሰዎች በሕይወታቸው ዘመን የሚጫወቱት ብዙ የመሪነት ኃላፊነትና የሚያልፉበት የተለያዩ የመሪነት ሒደቶች አሉ። በቤታቸው፣ በሕብረተሰብ፣ በሚሠሩበት ድርጅት፣ በሚኖሩበት አካበቢና አባል በሆኑበት የባለ ሙያዎች ማሕበር ውስጥ በሚያደርጉት ተሳትፎና ለሚሰጡት አገልግሎት የመሪነት ሚና በመጫወትና ሌሎችም በሚሰጡት መሪነት ሂደት በተከታይነት የመሪነት ክህሎት እየተለማመዱ ያልፋሉ። የመሪነትን ኃላፊነት ከሚጫወቱበት መንገድ ውስጥ በሥርዓት በተሰጣቸውም ይሁን በተሾሙበት ምደባ (የቀበሌ ሊቀመንበር፣ የድርጅት ሥራ አስኪያጅ፣ የጦር መኮንን፣ ወዘተ በመሆን) ወይም በበጎ ፈቃደኝነት ሳይመደቡ በሰዎች ላይ በሚያደርጉት በጎ ተጽዕኖ (ጎረቤቶችን ለመልካም ሥራ ማስተባበር፣ ፍትሕ ለሚገባቸው ዋቢ በመሆን፣ ሽፍጥን በማጋለጥና ዕውነትን በመናገር፣ ወዘተ) ሊሆን ይችላል። በእርግጥ ይህ የመሪነት ኃላፊነት መወጫ የተቀበሉት ሥልጣንና የሚያጋጥማቸው ሁኔታ የሚኖሩበት አካባቢ ባሕል የለገሳቸውና የቆሙበት እሴት የማስተጋባት ፍላጎት ሊዳርጋቸው ይችላል። አንዳንድ ጊዜ ለውጥን ለማካሄድ፣ አንዳንድ ጊዜም ለውጥን ለመቃወም በሚሞክሩበት ሂደት የመሪነታቸው ኃላፊነት ይታያል። ስለዚህ ሁሉም ሰው ይብዛም ይነስም የመሪነት ሚና የሚጫወትበት ጊዜና ሁኔታ ይፈጠራል። ከዚህም የተነሳ እነዚህ መሪዎች ናቸው እነዚህ ተከታዮች ናቸው የሚለው የጅምላ አስተሳሰብ ትክክል አይደለም። በታያቸው፣ በተሰጣቸው ወይም በገቡበት ቦታ በሙሉ ትጋትና ንቃት ኃላፊነታቸውን ለመወጣት ከቻሉ የመሪነት ሚና በመጫወት ላይ እንዳሉ እንቆጥራለን። ሐሳቡ ስለ ተፈጥሮ አይደለም።

ለ/ የመሪነት ዕድገትና የአካባቢ ሁኔታ፣ የመሪነት ኃላፊነት ጨዎታ ስኬት እንደየ ሁኔታው ነው። መሪዎችን የምናፈራበት ወይም የምናሳድግበት መንገድ እንደቦታውና እንደሁኔታው ነው እንጂ አንድ ወጥ ነው ማለት ያስቸግራል።

ሰዎችን ለመምራትም ሆነ መሪዎች ሆነው እንዲያድጉ መንገዱ የተለያየ ነው፣ አንድ ወጥም አይደለም። እንዲሁም በተለያየ ሁኔታና ቦታ ስኬታማ እንዲሆኑ ከመሪዎች የሚጠበቅ ክህሎትና ድርጊት የተለያየ ነው። ስለዚህ መሪዎችን ማፍራትና ማሳደግ የሚቻለው በተለያየ መንገድ ነው። ትናንሽ ድርጅቶች ለመምራት የሚያስችል የመሪነት ክህሎትና ትላልቅ ድርጅቶችን ለመምራት የሚያስችል የመሪነት ክህሎት የተለያየ ነው። ውስብስብ ችግሮች በበዙበት ሕብረተሰብ የሚሰጠው የመሪነት ስልትና በቁጥርም ሆነ በይዘት አነስ ያሉ ችግሮች የሚከሰቱበት ሕብረተሰብ መምራት ፈጽሞ አይመሳሰልም። ስለዚህ መሪነትን ማዳበርም ሆነ መሪዎችን ማፍራት የተለያየ አቀራረብ ይኖረዋል።

ሐ/ የመሪነት ዕድገትና የግለሰቡ ኃላፊነት፣ ግለሰቦች የመሪነት ክህሎታቸውን ሊያዳብሩ፣ ሊጨምሩና ሊያሻሽሉ ይችላሉ። ስለዚህም ይህ እንዲሆን የሚያደርጉት መፍጨርጨርም ሆነ ትጋት የሚያዋጣ ነው። ለዚህ ትጋት የሚያመች መድረክና ቅርስ የሚያዘጋጁ ድርጅቶችም ሆኑ መንግሥት ትክክለኛ ሂደት ውስጥ እንደሆኑ ይቆጠራል። ግለሰቦች ሊማሩ፣ ሊያድጉና ሊለወጡ ይችላሉ። ስለዚህም ይህ ትምህርት፣ ዕድገትና ለውጥ በአመራራቸው ላይ ለውጥ ሊያመጣ ይችላል። ከዚህም የተነሳ ስኬታማ መሪዎች ሊሆኑ ይችላሉ። ስኬታማ መሪዎች በተፈጥሮ የሚገኝ ክህሎት ይዘው ነው የሚጓዙ ወይስ በመሰልጠን፣ በመማር፣ በመለማመድ በሚያገኙት ነው የሚለው ክርክር የሚያዋጣ አይደለም። ሁለቱም አለ፣ ሁለቱም ያስፈልጋል፣ ሊሻሻል የማይችል ስጦታ የለም። ጥናቱና ልምምዳችን የሚያሳየው ሰዎች አድገው ክህሎታቸውን ለመጨመር ይችላሉ። ከትምህርት፣ ከሥልጠና ከልምምድ በኋላ የመሪነታቸው ክህሎት ይጨምራል፣ የበለጠ ስኬታማ መሪዎች ሲሆኑም እንመለከታለን። በእርግጥ የመሪነት መሠረት፣ ከሕፃንነት

አስተዳደግ፣ ከወጣትነት/ከጉልምስና ዕድገታዊ እንቅስቃሴ አድጎ ትልቅ ሰው ከሆኑ በኋላ ከሚገኝ ልምምድ የተገኘ ነው።

መ/ የመሪነት ዕድገትና መለኮተዊ ስጦታ፣ ሰዎች መለኮታዊ ጥሪ፣ ኃላፊነት፣ ፀጋ/ቅባት/ሥጦታ ከመለኮታዊ ባለሥልጣን ተቀብለው ልዩ በሆነ ጥበብና ኃይል የመሪነት ኃላፊነታቸው ሊወጡ ይችላሉ። ይህም ከመጽሐፍ ቅዱስ አንጻር፣ የማስተማር፣ የነብይነት፣ የመጋቢነት፣ የማስተደደር፣ ተአምራት የማድረግ፣ የመፈወስ፣ የወንጌላዊነት ወዘተ የመንፈስ ቅዱስ ስጦታዎች ለሰዎች እንደሚሰጥ ተጽፏል። እነዚህም ስጦታዎች በደንብና በሥርዓት ከተጠቀሙባቸው ሊዳብሩ፣ ሊባዙ እንደሚችሉ፣ ካልተጠቀሙባቸው ግን ሊከስሙ ካልሆነም ሊወሰዱ እንደሚችሉ ተጽፏል። ከዚህ የምንመለከተው መሪነት መለኮታዊ ስጦታ አድረገን ብናስብም ሊዳብር፣ ሊጨምር ሊሻሻል እንደሚችል እናስተውላለን።

መሪዎችን ማፍራትና ማሳደግ አስፈላጊነት

መሪዎችን ማፍራትና ማሳደግ ለመሪዎች፣ ለድርጅቱ ጥራት፣ ምርታማነት ለተገልጋዮችም አስፈላጊ ነው። መሪዎችን ማፍራትና ማሳደግ ጥቅሞች መካከል ጥቂቶችን ብንጠቅስ፣

ሀ/ ለሚመጣው ትውልድ የሚያስፈልገውን ማዘጋጀት፣ ወጣቱ ትውልድ አዳዲስ ሥራ ፍለጋ ይሮጣል። ለምን ያህል ጊዜ ከድርጅቱ ጋር እንደሚቆዩ ባይታወቅም ወደ ሌላ ድርጅት ሲዞሩ የተዘጋጀ ኃይል ሆነው ይስማራሉ። እንዲሰለጥኑ በማድረግ አንዳንዶች ለድርጅታቸው ምን ያህል ታማኞች እንደሚሆኑ ባይታወቅም ብዙ ጊዜ ከሥልጠና በኋላለመቆየትና ከድርጅቱ ቡድኖች ጋር በመሆን ለመሥራት የሚፈልጉ ብዙዎች ናቸው።

ለ/ መሪዎች የትም ቦታ ቢሆን ይፈለጋሉ፣ በወጣት ሠራተኞቻችን ላይ የመሪነት ክህሎታቸው እንዲጨምር

የሚከፈለውን ዋጋ መክፈል አለብን። ከሥልጠና በኃላ አብዛኞቹ በታማኝነት ድርጅታቸውን ያገለግላሉ። ካልሆነም የሠለጠነ ኃይል ማዘጋጀት ለእኛም ድርጅት ይሁን ለሌላው የሚጠቅም ይሆናል። የሠለጠነ ኃይል ማሰለፍ ለየትኛውም ድርጅት ይጠቅማል።

ሐ/ ዓለም በፍጥነት እየተለወጠ ነው፣ ዓለም በፍጥነት እየተለወጠ በመሆኑ ሁሉም ሠራተኛ በመሪነት ሥልጠና ዘመናዊ መሆን ይፈልጋል። ሥልጠናን በሚመለከት የድርጅቱ መልካም ስም ቶሎ ወደ ብዙ ሠራተኞችና ድርጅቶች ይዳረሳል። ወጣቶች ሁለት ዓመት ባልሞላ ጊዜ የሥራ ቦታቸውን ይቀይራሉ። የሠለጠኑ ሰዎች ሆነው በመልቀቃቸውም የድርጅታቸውን መልካም ስም ይዘው ይሄዳሉ። ምናልባትም ከጥቂት ጊዜያት በኃላ ወደ ነበሩበት ድርጅት ተመልሰው ሊመጡ ይችላሉ። የመሪዎች ክህሎት ማሳደግ በየትኛውም ድርጅት የተለመደ ሆነዋል።

መ/ ሁኔታዎች እየተለወጡ ሲመጡ ከለውጡ ጋር የሚጓዙ መሪዎች ያስፈልጋሉ፣
ሠራተኛው ከሠለጠነ በኃላ በድርጅቱ ውስጥ ይቅር ወይም ወደ ሌላ ድርጅት ለመዘዋወር ይወስን የሰው ኃይል ግንባታ በማንኛውም ቦታና ሁኔታ ጠቃሚ ነው። ድርጅታችን በቀጥታም ይሁን በተዘዋዋሪ መንገድ መጠቀሙ አይቀርም።

ሠ/ የሠራተኛ ዕድገት የድርጅትን ዕድገት ያስገኛል፣ ድርጅቶች የመሪዎቻቸውን ክህሎት ለመጨመር ሥልጠና ስለማይሰጡ ትተወቸው ወደሌላ ድርጅት ይሄደሉ። ወጣቶቹ ከዐዋቂዎቹ በበለጠ በሙያቸው ሊያድጉ ይፈልጋሉ። የተካኑ፣ የሠለጠኑ፣ በሥራቸው የሚተማመኑ ሠራተኞች ከፈለጉ ለሠራተኞቻቸው የሚገባውን ሥልጠና መስጠት አስፈላጊ ነው።

ረ/ የመሪዎች ስልጠና ከሌሎች ድርጅቶች ጋር ያለው ውድድር ለአሸናፊነት ያዘጋጃል፣

ሠራተኞች ከስልጠና በኃላ ጥለውን ቢሔዱስ የሚል አስተሳሰብ የተለመደ ነው፡፡ በሠራተኛው ክህሎት መጨመር ላይ የሚወጣው ወጪ የሚያዋጣ እንደሆነ ነው ጥናቱ የሚያሳየው፡፡ ከሠለጠኑ ታማኞች ወደመሆን ያዘነብላሉ፡፡

ሰ/ መሪዎችን ማፍራት ማሳደግ ትክክለኛ ነገር ስለሆነ፣ ወጣቶች፣እንደ ሌላው የትውልድ ክፍል በሙያቸው ክህሎታቸውን መጨመር ይኖርባቸዋል፡፡ ወጣቶች የዓላማና የራዕይ ጥራት ሊኖራቸው እንዲችል ሥልጠና ያስፈልጋቸዋል፡፡ አንድ ትውልድ እርስበርሱ ተደጋግፎ ሊጓዝ እንዲችል የሚያስፈልገውን ዕርዳታ ማግኘት ተገቢ ነው፡፡ ለሚሠሩበትም ድርጅት ታማኝነታቸው ይጨምራል፣ ትተውም ወደ ሌላ አይሄዱም፡፡ ከሄዱም በግላቸው የሚጠቀሙበት ክህሎት ለማግኘት ይችላሉ፡፡

ሸ/ መሻሻል የሚፈልግ ድርጅት ሁልጊዜ የሚሠለጥን መሪ ያስፈልገዋል፣መሪዎች በማደግና በመለወጥ ያለውን ድርጅታቸውን በመጠቀም ሠራተኞቻቸውን ለማሠልጠንና ለማሳደግ ቢችሉ ድርጅታቸው የበለጠ ለውጥ የሚያስተናግድ፣ አምራችና የሚያድግ ይሆናል፡፡ መሪዎች ድርጅታቸው እንዲጠቀም ብቻ ሳይሆን ሕብረተሰብና ዓለም ተሻሽላ እንድትገኝ ሠራተኞቻቸውን ማሰልጠን ይገባቸዋል፡፡

ቀ/ ሠራተኛውን ለፈጠራ እንዲዘጋጅ ይረዳል፣ ድርጅቶች ልዩ የፈጠራ ችሎታ ያላቸውን ወጣቶች መመልመል፣ ማሰልጠንና ማሰማራት ይኖርባቸዋል፡፡ ይንንም የሚፈጽሙት በስልጠና ብቻ ሳይሆን፣ የድርጅታቸውን፣ አሠራር፣ ሥርዓትና ባሕል ለዕድገት እንደሚያመች በማዘጋጀት ነው፡፡

በ/ ወጣቱ ትውልድ በ 2025 ከሚኖረው የሕዝብ ቁጥር 75% ይሆናል፣ አዲሱ ትውልድ በቁጥር እየጨመረ በሄደ ቁጥር ይህንን ትውልድ የሚያገለግል የሰለጠነ ወጣት መዘጋጀት ለድርጅትም ቀጣይነት ለሕብረተሰብ ሕልውና ወሳኝ ነው፡፡ ድርጅቶች ምርታማና ተወዳዳሪ መሆን የሚችሉት

የሰለጠኑ ወጣቶችን መጠቀም ሲችሉና እነዚህም ወጣቶች ክህሎታቸውን እንዲጨምሩ ሲረዱ ነው።

ተ/ ለድርጅቱ ሕልውናና ቀጣይነት ዋስትና ይሆናል፣ ወጣቶች ችሎታቸውን፣ ዕውቀታቸውንና አስተሳሰባቸውን ለጓደኞቻቸው፣ ለቤተሰቦቻቸውና በአካባቢ ለሚኖረው ሕብረተሰብ ማካፈል ይችላሉ። ስለድርጅቱ ያላቸው መልካም አስተሳሰብ በድርጅቱ ተቀባይነት አግኝተው ከሆነ ለሌሎች ድርጅቱን በመልካም ያስተዋውቃሉ። መልካም ድርጅት ጥሩ ሠራተኞችን ያፈራል፣ ጥሩ ስምም ይኖረዋል።

ቸ/ ሥልጠና ሠራተኞች ለድርጅቱ ታማኞች እንዲሆኑ ይረዳል፣ ማንኛውም ድርጅት ታታሪ ሠራተኞች እንዲኖሩትና የተቻላቸውን ያህል ለድርጅቱ የሚሰጡት አገልግሎት ከፍ እንዲል ይፈለጋል። ሥልጠና ሠራተኛውን ለዚህ ያዘጋጃል። በሠራተኛው ዕድገት ላይ ባወጣነው ቅርስ መጠን ከሠራተኛው የሚጠበቅ ታማኝነትና አምራችነት እኩል ነው፣ በጥቂቱ የሚዘራ በጥቂቱ ያጭዳልና።

ኀ/ አዲስ የመምራት ችሎታ ኃላፊነት ለመቀበል ያዘጋጃል፣ ከሥልጠና በኃላ በድርጅቱ የሚያደርጉት አስተዋፅዖ ብቻ ሳይሆን ወደሌላ ድርጅት በሚሄዱበትም ጊዜ ጥሩ ግኑኙነት ፈጣሪዎች ያደርጋቸዋል። ቢሆን ራሳቸው ተመልሰው ይመጣሉ ካልሆነም ጓደኞቻቸውን ወደ ድርጅቱ ይልካሉ። የሚያስታውሱት ከድርጅቱ የተቀበሉትን መልካም የዕድገት ሂደት ነው።

ብዙ ሰዎች በሥራቸው ተቀባይነት እንዳላቸው ማወቃቸው፡ በደመወዝ መልክ ከሚጨመርላቸው ገንዘብ ይልቅ እንደሚመርጡ ጥናቱ ያሳያል። ለመታወቅና ለመደነቅም ሆነ ለመገምገም በሠለጠኑ መሪዎች መመራት የተሻለ እንደሆነ ያስባሉ። ስለዚህ ድርጅታቸው መሪዎቻቸው የመሪነት ክህሎታቸው እንዲጨምር ቢረዱ በጣም የሚያበረታታቸው እንደሆነ ይገልጻሉ።

ጥሩ መሪነት ከድርጅታዊ ምርታማነትና ከሠራተኞች እርካታ ጋር የተያያዘ እንደሆነ ጥናት ያመለክታል። ሠራተኞች በደስታ በጥራት እንዲያመርቱ ለማበረታታት መሪዎቻቸው ቢሰለጥኑ ይመርጣሉ። መሪዎች ከሠራተኞቻቸው ጋር የሚኖራቸው ግኑኝነት የተሻለ ሆኖ ሠራተኞቻቸው በዓላማና ትርጉም በሚሰጥ ሥራ ቢጠመዱ ምርታማ ሠራተኞች እንደሚሆኑ የታወቀ ነው። ስለዚህም ይህ ግኑኝነት የሚያሻሽል ሥልጠና ቢያገኙ የሚሻል ይሆናል። ለመሪዎች የሚሰጥ ሥልጠና በድርጅቱ ምርታማነትና ጥራት የሚያመጣው ለወጥ ከፍ ያለ እንደሆነ ጥናት ያሳያል። የድርጅቱም ባሕል አብሮ በቡድን ለምሠራትና ለፈጠራ የሚያመች ይሆናል።

የመሪዎች ሥልጠና አስፈላጊነት ከፍ ባሉ መሪዎች ብቻ ሳይሆን በሁሉም ደረጃ ያሉ መሪዎች እንደተጀመረ ያመለክታል። ከዚህም የተነሳ ድርጅቶች እየተሻሻሉ ይሄዳሉ። በአሁኑ ዘመን መሪዎችን ማሳደግ እንዲቻል በየድርጅቱ የሚዘጋጅ ፕሮግራም እየጨመረ ሄዷል።

በድርጅቶች ውስጥ የሚካሄድ መሪዎችን የማሳደግ ፕሮግራም መብዛቱ ብቻ ሳይሆን ዓይነቱ እየጨመረ በመጣ ቁጥር ውጤትም እየታየ ነው። በአሁኑ ጊዜ መሪዎችን ለማፍራት የሚዘጋጅ ፕሮግራም የድርጅቱን ምርታማነትና ጥራት ብቻ ያጠቃለለ ሳይሆን የሠራተኞችንም ፍላጎት የሚያሟላ ተደርጎ ነው። ስለዚህም ሚዛኑን የጠበቀ ነው።

ምዕራፍ 3
ለመተካካት መሪዎችን ማፍራት/ማሳደግ

መሪነት አንዱ አተረጓጎም ሰዎች የጋራ ዓላማቸውን በጋራ ሊወጡ እንዲችሉ የሚረዳ ተጽዕኖ አድራጊ ሂደት ነው። ይህንንም የሚያሳየው መሪነት መሪዎችና ተከታዮች ያሉበት ሁኔታ የመነካካት ወጤት ስለሆነ ውስብስብ ያለበት ሂደት ነው። ስለዚህም መሪዎችን ማፍራትና ማሳደግ በአንድ ክፍል የሚሰጥ ትምህርት ወይም የሚከናወን ድርጊት ብቻ አይደለም። በሥራ ቦታ በሚካሄደው እንቅስቃሴ፣ ልምምድና ግኑኝነት ውስጥም የሚገኝ ነው። ስለዚህም ስከን ባለ ሁኔታ በድርጅቱ የሚሠራውን ሥራና ሂደቱን መገምገም መቻል ምን ያህል የመሪነት ዕድገት በመካሄድ እንዳለ ለማወቅ እንዲቻል ይረዳል።

ፔጆት የተባለ የስነ ኣእምሮ ሊቅ ተፈጥሯዊ ዕድገት ከውስጥ በራስ የሚገኝ ዕድገት እንደሆነ በመገመት፣ በተፈጥሮ የተሰጠን አካል ሥርዓት ጠብቆ ከሄደ ዕድገት በራሱ ይከተላል የሚል መላምት ነበረው። ስለዚህም መሪነትን በሚመለከት ከተፈጥሮ ብቻ የሚገኝ እንደሆነ ይገምታል። ከፔጆት በኃላ የመጡ የስነአእምሮ ሊቃውንት ግን ሰው ከአካባቢው በሚያደርገው መንካካት የተነሳ አዳዲስ ክህሎት ሊታዩት ሊፈጥርም ይችላል ማለት ጀመሩ። ስለዚህ ዕድገት ከውስጥ ብቻ ሳይሆን ከውጭም በሚደረግ እንቅስቃሴ ሊከናወን ይችላል የሚለው እሳቤ መከሰት ጀመረ። ስለዚህ ለሰዎች የመሪነት ክህሎት ቢያውቁትን ባያውቁትም ከሰዎች፣ ከድርጅቶች ከሕብረተሰብና ከዓለም የሚሰጠው አስተዋፅዖ አለው።

መሪነት በድርጅቶችም በሕብረተሰብ ዕድገት ትልቅ አስተዋጽዖ እንዳለው የታወቀ ነው። ቢሆንም ለጥፋትም ለድካምም ሆነ ለኪሳራ መሪነት ትልቅ ሚና የሚጫወት እንደሆነ የታወቀ ነው። ስለዚህ መሪነት አስፈላጊነት ብቻ ሳይሆን ምን ዓይነት አመራር እንደሚጠቅምና እንደሚጎዳ

መለየት አስፈላጊ ይሆናል። ከዚህም የተነሳ የመሪነት ሥነምግባር፣ ሞራልና ባሕሪይን መገምገም፣ ከተገመገመ በኋላም የሚሻሻል ከሆነ እንዴት መሻሻል እንዳለበት ማወቅ የሚገባ ነው። ግብረገብና ሞራል ያካተተ መሪነትን ለመለማመድ እንዲቻል መሪዎች በዚህ ክህሎታቸውን መጨመር ያስፈልጋቸዋል። መሪነት ከሰዎች ጋር የሚያገናኝ ሂደት ስለሆነ መልካምነት፣ ቅንነት፣ የዋሕነት፣ ሐቀኝነትና ትሕትና የተሞላበት መሪነት አስፈላጊ ነው። ይህ እንዲሆን ክህሎቱ እንዴት ይጨምራል የሚለው ጥያቄ መሪዎችን ለማሳደግም ሆነ ለማፍራት የምንጠቀምበትን ፕሮግራም ማሰብ ተገቢ ነው።

መሪዎችን ማፍራት/ማሳደግና መተካካት የማን ኃላፊነት ነው?

በብዙ ድርጅቶች መሪዎችን ማፍራትና ማሳደግ የማን ኃላፊነት ነው በማለት ይከራከራሉ። በአንዳንድ ድርጅቶች ይህን ኃላፊነት እንዲወጣ የሚጠበቀው ክፍል የሰው ኃይል የሚመለምል፣ የሚቀጥርና የሚያስድግ ሰው እንደሆነ ነው። በአንዳንድ ድርጅቶች ደግሞ ለዚህ ኃላፊነት የተቋቋሙ ድርጅቶችና ተቋማት አሉ። እነሱን መወከል አስፈላጊ ነው ይላሉ። ሌሎቹ ደግሞ በድርጅቱ ውስጥ ያሉ መሪዎች ኃላፊነቱን መወጣት አለባቸው ይላሉ። የሁሉም አገላለጽና ምርጫ ትክክል እንደሆነ እንቆጥራለን።

የሰው ክህሎትና ግንባታ ክፍል

በእርግጥም መሪዎች፣ የሰው ኃይል ክህሎት ግንባታ ክፍልና ለዚህ ሥራ የተቋቋሙ ድርጅቶች ተደራጅተውና ተባብረው መሪዎችን ለማፍራት ለማሳደግ ቢችሉ የተሻለ ነው። ኃላፊነታቸውን እንዴት ይወጣሉ ለሚለው ጥያቄ መልስ እንደሚከተለው ይሆናል።

የሰው ኃይል ክህሎት ማሰደግና መደልደል ኃላፊነት ያለው ክፍል ድርጅቱ የሚያስፈልገውን የሰው ኃይል ቁጥር፣

ችሎታ፣ ምድብ፣ መተካካት በእቅዱ በግልጽ ሊታይ እንዲችል ማድረግ ኃላፊነቱ ነው። በሌላ አነጋገር ሠራተኛን በችሎታው፣ መመልመልና መመደብ መቻል፣ እንደችሎታውም ለበለጠ ኃላፊነት እንዲታጭ ማዘጋጀት ተገቢ ነው። የመሪዎች ስልጠና ተቋማት ኃላፊነት ድርጅቱ የሚያስፈልገውን የመሪነት ክህሎት ለማሟላት የሚያስችል ሥርዓተ ትምህርት መንደፍና ለዚያ የሚመጥን ኮርሶች ማዘጋጀት፣ አሰልጣኞች መመደብ፣ የትምህርት መሣሪያና ክፍል ማዘጋጀት ያስፈልጋል።

የድርጅቱ መሪዎች ተተኪ መሪዎችን ማፍራትና ማሳደግ ጥቅም በመግለጽ መሪዎች ሊያድጉ እንዲችሉ፣ ምሳሌና የሚንከባከቡና የሚመክሩ እንዲሆኑ ይጠበቃል።አማራጭ የሌለው የመሪነት ማፍራትና ማሳደግ ኃላፊነት የሚመለከተው ክህሎቱ ሊጨምር የሚገባው መሪው ራሱ ነው። ሰው በራሱ ውሳኔ ለማደግ፣ ለመሻሻል፣ ክህሎቱን ለመጨመር ካልፈለገና ካልተፍጨረጨረ በስተቀር በውጭ በሚኖር ተጽዕኖ ብቻ ዕድገት የሚመጣ አይደለም። የሠልጣኙ ፍላጎት፣ ታታሪነትና ትጋት ለዕድገቱ ወሳኝ ነው። ሰውየው ለትምህርት፣ ለሥልጠና ለሚሰጠው ድጋፍ ምን ያህል ዝግጁ ነው? የመሪነት ትምህርት የሕይወት ሂደት ነው። በየጊዜው ልምምድን የሚጠይቅ ከባድ ኃላፊነት ነው። አዲስ ክህሎት፣ የሰዎችን ምክርና ግምገማ የሚጠይቅ ነው። ይህ ሁሉ ግን ሰው በራሱ ብቻ የሚያደርገው ነው፣ ማንም ሌላ ሰው ሊያደርግለት አይችልም። ስለዚህ እንደ መሪ ለማደግ እንዲቻል ምን ማድረግ እንደሚያስፈልግ ማወቅ ተገቢ ነው። ኃላፊነቱን ወስዶ፣ ለማደግ እንዲቻል ማቀድ፣ ሥልጠና መፈለግ አማካሪና ምሳሌ የሚሆን ሰው ማግኘት ተገቢ ነው። ከሰዎች ሐሳብን ማግኘት በየጊዜው የተማሪነትን መንፈስ መያዝ አስፈላጊ ነው።

ዋናው ቁምነገር የድርጅት ዋና መሪዎች መሪዎችን የማፍራትና የማሳደግ ኃላፊነት በእነሱ ትክሻ ላይ ያረፈ ነው። እነሱ የሚገባቸውን ኃላፊነት ከተወጡ ድርጅታዊ የመሪዎች ማፍራትና ማሳደግ ሥርዓት የበለጠ ውጤታማ ይሆናል።

የመሪዎች ማፍራትና ማሳደግ ውጤታማነት ምልክት የሚሆኑ ስድስት ነጥቦች ከዚህ በታች ይቀርባሉ። መሪዎች መሪዎችን ማፍራትና ማሳደግ ኃላፊነታቸውን ለመወጣት በቂ በጀት መመደብ፣ በድርጅቱ ስልታዊ እቅድ ማካተት፣ የሰው ክህሎት ማሳደግ ባሕልን ማዳበርና ሠራተኞች በሚሠሩት ሥራ ተሰጥተው ለመሥራት ብቻ ሳይሆን ለማደግ ፍላጎታቸውን መቀስቀስ መቻል ነው። በአሁኑ ዘመን ከወጣቱ ኃይል ከ 30% እስከ 50% የሚሆኑ በፊት የሚሠሩበትን ድርጅት ትተው ወደ ሌላ ድርጅት እንደሚሔዱ በጥናት የተረጋገጠ ነው። ይህም ሆኖ እያለ ድርጅቶች እነዚህ ወጣቶችን የሚተካ ኃይል ማዘጋጀት ዘገምተኞች ይሆናሉ። በተጨማሪም ከመሪዎች የሚጠበቅ ክህሎት ከዘመኑ ለውጥ ጋር የሚመጣጠን መሆን እንዳለበት ይታወቃል። ከዚህም የተነሳ በትልቅ ኃላፊነት የተቀመጡ መሪዎች የሚፈልግባቸው የሙያ ክህሎትና የመሪነት ኃላፊነት ብዙ ነው።

ሊመለሱ የሚገቡጥያቄዎች አሉ። እንግዲህ ለሚመጣው ዘመን የሚመጥኑ መሪዎችን ለማዘጋጀት ምን እያደረግን ነው? በዚህ ሂደት ለመተካካት የሚያስችል አንዱ ሲለቅ ሌላው ሊተካ እንዲችል ምን ያህል ዝግጅት አድርገናል? ምን ያህልስ በስልታዊ እቅዳችን ይንጸባረቃል? የመሪዎችስ ዋና ሚና ምን መሆን አለበት? መሪዎችን ማፍራትና ማሳደግ ሊደረጉ ከሚገቡ ቅድሚያ ከተሰጣቸው ነጥቦች አንዱ ነው ወይ? ሊወሰዱ የሚገባቸው ተግባራትስ ምንና ምን ናቸው?

መሪዎችን ለማፍራትና ለማሳደግ እንዲቻል ሊወሰዱ የሚገቡ እርምጃዎች፣ መሪዎችን ማፍራት መጀመር የሚገባው በከፍተኛ አመራሮች ነው ይኸውም እነርሱ ራሳቸው ምሳሌ ለመሆን በመጣር ነው። መሪዎች ሊያደርጉት ያሰቡትን መግለጽና ለምን እንደሚያደርጉ መግለጽ ይገባቸዋል። መሪዎችን ማፍራትና ማሳደግን በሚመለከት ውጤታማነትን የምንለካባቸው ነጥቦች የሚከተሉትን ጥያቄዎች በመጠየቅ ሊተወቅ ይቻላል። መሪዎች ምን ያህል የድርጅቱን የወደፊት

ሁኔታ በመገመት መሪዎችን ማሳደግና ማፍራት በስልታዊ እቅዳቸው አካትተዋል? በሚሠሩት የመሪነት ኃላፊነት እየታወቃቸው መልካም ምሳሌ ለመሆን ጥረዋል? ለወደፊቱ መሪዎችን ለማፍራትና ለማሳደግ ኃላፊነቱን ወስደዋል? መሪዎችን የማፍራትና የማሳደግ የሥራ ውጤታቸው መገምገም ተለማምደዋል? የትምህርትንና የሰው ክህሎት የመጨመር አስፈላጊነት አምነውበታል? የረጅም ጊዜ፣ የተቀናጀ፣ የላቀ ሥርዓት ያለው መሪዎችን የማፍራትና የማሳደግ እቅድና አሠራር አላቸው?

መሪዎች ከላይ የተጠቀሱትን ጥያቄዎች በአዎንታ የሚመልስ አሠራር ከሌላቸው መሪዎችን ማፍራትና ማሳደግ ኃላፊነታቸው ውጤታማ አይሆንም። ከዚህም የተነሳ የሚከተሉትን አስፈላጊ ስድስት ነጥቦች በዝርዝር እንመልከታቸው።

1. መጪውን ጊዜ ትኩረት የሚያደርግ፡ መሪዎችን ማፍራትና ማሳደግ ስልት እቅድ፣ ስኬታማ ድርጅቶች ሥርዓት የጠበቀ ስልታዊ እቅድ ካለው መሪዎችን ማፍራትና ማሳደግ ያካተተ ይሆናል። በከፍተኛ ቦታ የተቀመጡ መሪዎች የድርጅቱን ችግሮች ለይተው ካወቁ ችግሮችን ለመፍታት እንዲችሉ የመሪነት ሙያቸውን ብቻ ሳይሆን ሌሎች መሪዎችን በማፍራትና በማሳደግ ድጋፍ በማግኘት የሚሰጡት መፍትሔ ይኖራል። መሪዎችን ማፍራትና ማሳደግ ስልት እንጂ ፕሮጀክት ብቻ አይደለም። መሪዎች፣ በመሪዎች ማፍራትና ማሳደግ ላይ የሚያጠፉት ጊዜና ቅርስ እኩል ለምርት መሸጫ እቅድና ሌሎች ለድርጅቱ ያስፈልጋሉ ከሚባሉ ተግባራት ጋር መታየት አለበት። በተጨማሪ ከሚተኩም ይሁን አብረው ካሉ መሪዎች ውይይት ሲደረግ መሪዎችን ማፍራትና ማሳደግ ጉዳይ መነሳት ያስፈልጋል።
2. የላቀ አመራር የሚሰጥበት ሁኔታ በድርጅቱ እንዲኖር ማድረግ፣ መልካም መሪነት ከድርጅታዊ ስኬታማነት

የተያያዘ እንደሆነ ጥናት ያሳያል። መጥፎ አመራርም ካለ ድርጅቱ ስኬታማ አይሆንም። ድርጅቱ የመሪነት ክህሎት ያላቸው በቂ መሪዎች አለው ወይ? ከሆነ የበለጠ ያሉቱም ይሁኑ የሚመጡ መሪዎች ክህሎታቸው እንዲጨምር ለማድረግ ሥልጠናና ትምህርት ማዘጋጀት ያስፈልጋል። ይህ ማለት ደግሞ እምቅ አቅም ያላቸውን ሠራተኞችን በማወቅና በመመልመል እነርሱ የመሪነት ክህሎታቸው እንዲጨምር መርዳት ያስፈልጋል። አብዛኞዎቹ መሪዎች መሪዎችን ማፍራትና ማሳደግ በሚመለከት የሚጫወቱት ሚና ብዙ እንደሆነ ይታወቃል። ለወደፊቱም በድርጅቱ ያሉ መሪዎች ወደ ሌላ ድርጅት እንዳይሄዱ መደረግ የሚገባውን እንክብካቤ መስጠት የሚያስፈልግ ነው። መሪዎች ችሎታቸው ለወደፊት በምን አቅጣጫ መሻሻል እንዳለበት ለይቶ ማወቅ ተገቢያቸው ነው። ቀጣይ መሪዎችን ለመመልመል በሚሞክሩበት ጊዜ ከጓደኞቻቸው ድጋፍ ለማግኘት መሞከር ያስፈልጋል። እንዲሁም በድርጅታቸው ያሉትን መሪዎች በድርጅቱ እንዲቀጥሉ መንከባከብ ይጠበቅባቸዋል።

3. ለወደፊቱ መሪዎች የሚሆኑ የማፍራትና የማሳደግ ኃላፊነት ሙሉ በሙሉ መውሰድ፣ በእርግጥ መሪዎችን ማፍራት በሚመለከት የሚዘጋጀው ፕሮግራም እደግፋለሁ ማለት በቂ አይደለም። ሆነ ብሎ የሚያድጉ መሪዎችን ለይቶ በማወቅ የሚያስፈልጋቸውን ምክር ለመስጠት፣ ለመምከርና ለማሰልጠን እንዲቻል የተለየ ጊዜ መስጠት መቻል ነው። ሠራተኞችን ለየት ላለ የመሪነት ሥልጠና መላክ ሊያድጉ እንዲችሉ ማበረታታትና መርዳት አስፈላጊ ነው። ምናልባትም የሚከተሉት ጥያቄዎች እንደመመሪያ መውሰድ ተገቢ ነው። አንድ ሦስተኛ የሥራ ጊዜህን የሠራተኞችህን የመምራት ችሎታ ለማዳበር እንዲቻል ከእነርሱ ጋር ትገናኛለህን? በአንተና በተከታይ መሪዎችህ የሰዎች ዕውቀትና ክህሎት የመጨመር አጀንዳ ዋነኛ

ተደርጎ ይቆጠራል? ሠራተኞችህ ራሳቸውን ለማደግ የሚያስችላቸው እቅድ አላቸው ወይ? የድርጅቱ አስተዳዳሪዎችም ሠራተኞች እቅዳቸውን በሥራ መተርጎማቸውን ይቆጣጠራሉ? የምትመራው ክፍል ሠራተኞች የተለያየ ልምምድ እንዲኖራቸው በተያየ የሥራ መስክ ለመሰለፍና ለመሥራት ዕድል ይሰጣቸዋል? ሠራተኞች በቂ መካሪ፣ ሠርቶ የሚያሳይ አሠልጣኝ አላቸው ወይ? ለአንተ ብቻ ተጠያቂ የሆኑ ሠራተኞች በቂ ክትትልና ድጋፍ ይሰጣሉ? አዳዲስ ፈጠራ ወይም ችሎታ ያላቸውን ሰዎች ለማግኘት ጥረት ታደርጋለህ? መሪዎች ድርጅትህን ትተው የሚወጡ ከሆነ ምክንያቱ በዝርዝር የምታይበት መሕድርና ጥናት አለህ ወይ? በጣም ምርታማ የሆኑትን መሪዎችህን ሥራቸውን እንዲቀጥሉ የሚረዳ ስልት እቅድ አለህ ወይ? የሰው ኃይል ምልመላና ዕድገት የሚመለከተው ክፍል ምን ያህል ተፈላጊ የሰለጠነ የሰው ኃይል መመልመልና መቅጠር እንዳለበት ታውቃለህ? ኃላፊነታቸውን በሥርዓት የማይወጡ ሠራተኞች ዕርምት እንዲያደርጉ የሚወሰደው እርምጃ በግልጽ ተቀምጠዋል ወይ? መሪዎችን ማፍራትና ማሳደግ ቅድሚያ የምትሰጠው ኃላፊነትህ ነው ወይ?

4. መሪዎች መሪዎችን ያፈራሉ። ዋና መሪዎች የመሪዎች ማፍራት ኃላፊነታቸውን ይወጣሉ። ስኬታማ መሪዎች ሰላሳ በመቶ ጊዜያቸውን መሪዎች በማፍራት ይጠቀማሉ። መሪዎች ማፍራት ድንገት የሚሆን አይደለም። መሪዎች ቅድሚያ ሊሰጡት የሚገባ ኃላፊነት እንደሆነ ይቆጥራሉ። መሪዎች አትክልት ተክለው፣ ውሃ እያጠጡና እየኮተኮቱ እንደሚያሳድጉት አትክል መሪዎችንም ማፍራት እንዲሁ ነው። መሪዎች የሠራተኞቻቸውን የመምራት እምቅ አቅም ለይተው በማወቅ የሚያስፈልጋቸውን ስልጠናና ክትትል በማድረግ የመሪነት ክህሎታቸው እንዲጨምር መርዳት አለባቸው። አዳዲስ ኃላፊነትም እየሰጡ

ኃላፊነታቸውን በሥርዓት እየተወጡ እንደሆነ መከታተል ይኖርባቸዋል። የሚያዋጣ ትክክለኛው ልምምድ ሊያደርጉ እንዲችሉ የሚረዳ ሥራ በመስጠት ክህሎታቸውን ማዳበር ግድ ነው።

5. መሪዎችን የማፍራትን ፕሮግራሞችና ስልቶች ስኬታማነት መገምገም ያስፈልጋል። መሪዎች በድርጅቱ የሚደረገው መሪዎች የማፍራት እንቅስቃሴ ከአጠቃላይ የድርጅቱ ዓላማና አሠራር መቀናጀቱን ማረጋገጥ አለባቸው። ዓላማው ግብ መምታቱንም በየጊዜው መገምገም ያስፈልጋል። ውጤቱ የሚገመገምበት መንገድ ደግሞ ከድርጅቱ ዋና ስኬት ጋር መያያዙን ማረጋገጥ ያስፈልጋል። በዚህ ፕሮግራም የሚካፈሉ ሁሉ ተጠያቂነት እንዳለባቸው ሊሰማቸው ይገባል። አንዳቸው ለሌላው ተጠያቂ እንደሆነ መቁጠር ይኖርባቸዋል።
6. የትምህርትና የዕድገት አስፈላጊነት በግልጽ መታየት አለበት። ስኬታማ ድርጅቶች ለመሪዎች ብቻ ሳይሆን ለማንኛውም ሠራተኛ ትምህርትና ዕድገት እንደሚያስፈልገው ይረዳሉ። ስለዚህ በየጊዜው ሠራተኞቻቸው ሊማሩ ሊያድጉ እንዲችሉ ዕድል ይሰጧቸዋል። የመሪነት ኃላፊነትንም ሊጋሩ እንዲችሉ ቦታ ያዘጋጃሉ። መማራቸውና ማደጋቸው ለድርጅቱ ብቻ ሳይሆን ለራሳቸው የሚጠቅም እንደሆነ እንዲያምኑበት ይረዳሉ። መሪዎቹ ራሳቸውም ቢሆኑ ሁሉን ነገር እንደማያውቁ በመረዳት መጠየቅ፣ የሌላውን ድጋፍና ትምህርትም እንደሚያስፈልጋቸው ማወቅ ይኖርባቸዋል። የመማር ዕድል ሲከፈት ዕድሉን ተጠቅሞ መማር መፈለግ ለሠራተኞች ሁሉ ትልቅ ምሳሌ መሆን ነው። ለዕድገት የሚጠቅሙ የተለያዩ በሮች፣ ለምሳሌ፣ አዳዲስ ኃላፊነት መስጠት፣ መወከል፣ መከታተል፣ የተለያዩ ልምምዶች እንዲያገኙ ማድረግ ሌሎች ትምህርት መልካም ነው።

በሞያቸውና በስብእናቸው አዘውትረው ሊያድጉ እንዲችሉ ማበረታት አስፈላጊ ነው።

ለረዥም ጊዜ የሚጠቅም፣ የተቀናጀና ሥርዓት የያዘ መሪዎችን የማፍራትና ማሳደግ መንገድ መቀየስ፣ ስኬታማ የድርጅት መሪዎች ድርጅቱ ለወደፊቱ የሚያጋጥመውን ችግር ለመፍታት እንዲችሉ በታሳቢነት መሪዎችን ለማፍራትና ለማሳደግ ፕሮግራም ያዘጋጃሉ። የሚዘጋጀው ፕሮግራም ከድርጅቱ ዓላማ፣ ተልዕኮና ራዕይ ጋር የተቀናጀ እንዲሆን ማረጋገጥ አለባቸው። በኃላፊነት የተቀመጡ መሪዎች የመሪዎች ማፍራትና ማሳደግ ሂደት ውስብስብና ጊዜ የሚወስድ እንደሆነ መረዳት አለባቸው። የድርጅታቸው መዋቅር፣ ባሕልና አሠራር መሪዎችን ለማፍራትና ለማሳደግ የሚያመች መሆኑን ማረጋገጥ ይኖርባቸዋል። የሚደረገው የሠራተኛ የምልመላ መንገድ፣ የመተካካት ሥርዓትና ሠራተኛው ኃላፊነቱን የሚወጣበትና ግዴታውን መውጣቱ የሚገመገምበት መንገድ ለሚደረገው የዕድገት ፕሮግራም የሚመች መሆን አለበት። ድርጅቱ ስለመሪዎች ማፍራትና ማሳደግ ያለው ፍልስፍናና እምነት ምን እንደሆነ መታወቅ አለበት። ድርጅቱ አሠራሩም ሆነ እቅዱ የሚወስነው የቆመበት ፍልስፍና ነው። መሪዎች የመሪዎች ማፍራትና ማሳደግ እሳቤያቸው ከስልታዊ እቅዳቸው ጋር መቀናጀት አለበት። መሪዎች አመራራቸው ለሌሎች መልካም ምሳሌ በመሆን ማሳየት አለባቸው።

ከላይ የተገለጹ ግምቶችም ሆነ መላምቶች መሪዎችን ማፍራትም ሆነ ማሳደግ ራሱን የቻለ ኃላፊነት እንደሆነ ግልጽ ነው። ስለዚህም መሪዎችን ለማግኘት፣ ለማሳደግ፣ ለማፍራትም ሆነ ለማሻሻል ኃላፊነት ሊወጡ የሚገባቸው ግለሰቦች፣ ድርጅቶችም ሆኑ ማሕበረሰቦች አሉ። እነዚህ ባጭሩ መዘርዘሩ የሚያስፈልግ እንደሆነ እንገምታለን። ጥቂቶችን ለመጥቀስ ያህል፣ ኃላፊነቱ ከሚመለከታቸው ውስጥ፣ መሪ

ሊሆን ከሚገባ ግለሰብ፣ ጀምሮ፣ ተከታዮችን ወደ መሪነት ሊያሰድግ የሚገባ መሪ፣ መሪነት ከሚካሄድባቸው ድርጅቶችና ማሕበረሰቦች፣ መንግሥትና የመንግሥት ተቋማት እንዲሁም በመለኮታዊ እምነት የምንኀዝ ከሆንም መለኮት/እግዚአብሔር ኃላፊነቱን ሊጋሩ ይችላሉ። እነዚህን ባጭሩም ቢሆን ኃላፊነታቸውን እንመለከታለን።

የግለ ሰቡ

ግለሰቡ መሪ ለመሆንም ይሁን በሌሎች ለመሪነት እንዲዘጋጅ ከተፈለገ ግለሰቡ ኃላፊነት መውሰድ ይኖርበታል። ግለሰቡ በተፈጥሮ ያገኘው ስብዕና፣ ባሕሪይ፣ ለዕውቀት ያለው እምቅ ኃይል እንዲሁም ፈቃደኝነቱ በመሪነት ሊኖር የሚችል ዕድገትና ልምምድ አስፈላጊ ነው። ማንኛውም ሰው ተፈጥሯዊ ኃላፊነቱን ካልተወጣ፣ የአካል፣ የመንፈስ፣ የአእምሮ የማሕበራዊ ዕድገት ሊኖረው እንዲችል ካላደረገ፣ በዚህም አቅጣጫ፣ ለመሪነት የሚያጩት፣ የሚያዘጋጁትና የሚቀርጹት በራሱ ፈቃድ ካልተባበራቸው እንኳን በመሪነት ክህሎት መጨመር መሪ ለመሆንም አይችልም።

የመሪው

መቃኘት/መፈለግ፣ መመልመል፣ መሪዎች፣ ተከታዮቻቸውን ወደ መሪነት የሚሸጋገሩበት ስልትና ልማድ ከሌላቸው የድርጅታቸው ስኬትም ሆነ ዕድገት ዋስትና አይኖረውም። ድርጅቱ ሲሰፋ፣ አዲስ ቴክኖሎጂ መጠቀም ሲፈለግ፣ የምርት ጥራትና ብዛትም ዓይነትም ሆነ ብዛት እንዲኖር ለውጥ ሲደረግ ያሉትም ሆኑ የሌሉ መሪዎች እንዲኖሩ ማድረግ አስፈላጊ ነው። ስለዚህም መሪዎች ዓይናቸውን ከፍተው ሠራተኞቻቸውን መመልከት፣ መገምገም፣ መቃኘትና መመልመል ያስፈልጋቸዋል። ማን በየትኛው መስክ መሰለፍ እንዳለበትና ለዚህም ክህሎትና

ልምምድ ይኖረው እንደሆን ለይቶ በማወቅ ሰውየውን ለመሪነት ማዘገጀት ተገቢ ነው።

መድረክ ማዘጋጀት፣ ድርጅታዊ አሠራር፣ ሥርዓትና ባሕል በድርጅቱ ስኬታማነት ምን ዓይነት ተጽዕኖ እንዳለው የታወቀ ነው። መሪዎች በድርጅታቸው ውስጥ መሪዎችን ለማፍራት የሚያመች መድረክ ቢያዘጋጁ፣ በሚያዘጋጁትም ስልታዊ እቅድና ፕሮግራም ቢያካትቱት መሪዎችን ለማፍራትም ሆነ ለማሳደግ አያቅታቸውም። መሪዎች ይህንን ኃላፊነታቸው ካልተወጡ ግን ለድርጅቱም ይሁን ለሌላ መሪዎችን ማግኘትና ክህሎታቸውንም ማዳበር አይችሉም።

መወከልና መተካት፣ መሪዎች ሥራ ሲበዛባቸው ወይም የሥራው ዓይነት ሲጨምር ተከታዮቻቸውን መወከል ካልቻሉ፣ ኃላፊነታቸውን በደንብ ለመወጣት አይችሉም። ተወካዮችም በልምምድ ሊያገኙት የሚችሉት ዕውቀትና ችሎታ ሳያዳብሩ ይቀራሉ። ስለዚህ በመወከል፣ ኃላፊነትን በማጋራት የሚገኘውን ስኬትና የመሪዎችን ማፍራት ዕድል መጠቀም አስፈላጊ ነው። እነዚህን የተወከሉ ሰዎችን፣ የሚከታተላቸውና በዚህም እርምት የሚሰጣቸው ሰው ከሌለ ስሕተቱን በመደጋገም ማሻሻል ያቅታቸዋል።

ሠራተኞችን በወሳኝ ጉዳዮች እንዲሳተፉ ማድረግ ለዕድገታቸው ብቻ ሳይሆን ድርጅቱን የሚጠቅም የሰላ ውጤት ያስገኛል። ለብዙ ጊዜም በድርጅቱ ለመቆየት ፍላጎት ይኖራቸዋል። በተጨማሪም፣ የሚሳተፍ ሠራተኛ ሌላውን ሠራተኛ ሊረዳ ይችላል። በሥራ ቦታቸው ከሥራ ሰዓት በኃላ ለመሥራት ፈቃደኞች ይሆናሉ። ከእነርሱ የሚጠበቅ ቢሆንም በጣም የተሻሻለ ሥራ ለመሥራት ዝግጁ ይሆናሉ። ከእነርሱ በታች የሚሠሩትን ሠራተኞች በኃላፊነት ሊቀመጡ እንዲችሉ ይፈቅዳሉ።

የድርጅቱ

የድርጅቱ መልካም ዓላማ፣ አሠራር፣ አወቃቀር፣ ፖሊሲ፣ ባሕልና ባሕሪ በሠራተኞችና በመሪዎች ዕድገት ላይ ትልቅ ተጽዕኖ አለው። ለምሳሌ ግሪንሊፍ በ1972 ዓም ባቀረበው "The Servant Institution"/አገልጋይ ተቋም/ ጽሑፉ ተቋማት አገልጋይ ሊሆኑ ይችላሉ ይላል። ሕብረተሰብ ወይም አንድ አገር ግለሰቡን የሚያገለግልበት መንገድ በተቋማት በኩል ነው። ስለዚህ የተቋማት ቢሮክራሲና መዋቅር ለተገልጋዩ የሚሰጠው የአገልግሎት ውጤታማነት ወሳኝ ነው። ግሪንሊፍ የስልጣን ተዋረድ፣ አጠቃቀምና በመሪዎች ያለው ኃይል ምን ያህል በመሪዎች ማፍራትና ዕድገት ተጽዕኖ እንደሚያደርግ አበክሮ ያስረዳል። መልካም ሕብረተሰብ እንዲኖር ከተፈለገ ሕብረተሰቡን የሚያገልግሉ ተቋማት ምን ያህል የአገልጋይነት ባሕሪይ ሊኖራቸው እንደሚገባ ይጠቁማል። ግሪንሊፍ ተቋምን ሲተረጉም የጋራ ዓላማ ያላቸው፣ ዓላማውን በሥራ ለመተርጎም የተስማሙበት የድርጊት ሂደት ሲጠቀሙ፣ እያንዳንዱ የተቋሙ አባል በተሳትፎው እርካታና ተጠቃሚ መሆኑን ሲረዳ፣ ለመገልገልና ለማገልገል ራሳቸውን የሚሰጡ የሰዎች ስብስብ ነው ብሎ ይገልጸዋል። እያንዳንዱ አባል በግሉ የጋራ ዓላማውን ከመፈጸም ይልቅ ከሌሎች የሕብረተሰቡ አባሎች ጋር በስምምነትና በመረዳዳት ለመፈጸም እንዲቀለው የሚያደርግ ስብስብ ነው። ከዚህም የተነሳ የተቋሙ የሥራ አስተሳሰብ ከተካፋዮች አልፎ ተገልጋዩና የተቋሙ አባል የአገልግሎት ጥቅም ከተቋሙ ውጭ ያሉ የሕብረተሰቡ አባላት ተጠቃሚዎች እንደሆኑ የሚረዳና የሚያምን ነው።

የተቋማት መሠረታዊ እሴቶች

አገልጋይ ተቋማት ዓላማቸውን ለመፈጸም የሚያስችላቸው አወቃቀር እንዲሁም ከሌሎች ተቋማት ለየት የሚያደርጋቸው መሠረታዊ አሠራር አላቸው። ልዩ

የሚያደርጋቸው መሠረታዊ እሴቶቻቸው ናቸው። ለምሳሌ የአባሎቻቸው መሰጠትና በዚሁም መሠረት በአባሎቻቸው መገምገም መቻል ከእሴቶቻቸው ዋነኛ ናቸው። ለምሳሌ ቤተክርስቲያን እንደተቋም ብንወስዳት በውስጧ ያለው አባል ራሱን ለተቋሙ መስጠቱን የሚያረጋግጥበት መንገድ ለአባሎች በሚሰጠው ቃልና ቃሉን መጠበቁን የሚረጋገጥበት የአባሎች ግምገማ ሲካሄድ ነው። መጠየቅ ለማዳመጥ ምልክት ብቻ ሳይሆን የሰዎችን ውሳጣዊ አስተሳሰብና ስሜት ለመረዳት መሞከር ነው። ተማሪዎች ትክክለኛ ጥያቄ መጠየቅ መቻል መልካም ትምህርት የመገብየት ስልት እንደሆነ መረዳት ነው።

ድርጅታዊ ልማዶች

መሪዎች ድርጅቶችን የሚመሩበት ሁለት ዓይነት ልምዶች አላቸው። ከላይ ወደታች በተዋረድ የሚመሩበት ከሙሴ የተወሰደ ምሳሌነት አለ። ይህ አመራር አንድ ሰው የበላይ ሆኖ ብቻውን ሥልጣን የሚቆጣጠርበት መንገድ ነው። ጠንካራ መሪ ሙሉ ሥልጣን በአንድ ሰው ቁጥጥር እንዳለ የሚያሳይ ነው። ይህ ሥርዓት ግሪንሊፍ እንደሚለው የማይገባ ለሙስና አሠራር የሚዳርግ ሁኔታ ነው። ይህ አወቃቀር ሰዎች እርስበርሳቸው በነፃነት እንዳይገናኙ የሚያደርግና የበታቹ ስሜታቸውን እንዳይገልጹና ሁኔታውን እንዳይተቹ የሚያደርግ ነው። መሪው ብቸኝነት እንዲሰማውና ራሱን ለመከላከል የሚረዳው ነው። ሁለተኛው አመራር የሮማውያን ዘመነ መንግሥት የገነነበት ጊዜ የተከሰተ ነው። ይኸውም ዋና መሪ ከሌሎች ጋር ሥልጣንን የሚጋራበት ሁኔታ ነው። ሁሉም ተሳታፊዎች በእኩልነት የሚታዩበት አሠራር ነው። መሪው አመራሩ በጓደኞቹ እኩል የሚገመገምበትና ለመታረም ዝግጁ የሚሆንበት ሁኔታ ነው። እያንዳንዳቸው ተካፋዮች የሚቻላቸውን ያህል በመስጠት የጋራ ዓላማቸውን የሚፈጽሙበት መንገድ ነው። የዚህ ልማድ ጥቅሙ ተካፋዮች በእኩልነት የሚሰጡትን ለመስጠት ብቻ ሳይሆን

እያንዳንዳቸው የሚያድጉበት ዕድል ነው። መሪዎችም አይባክኑም ለድካምም አይጋለጡም።

ግልጽ የሆነ ሥርዓትና የሚፈስ መዋቅር

በድርጅት ውስጥ በደንብ የተደነገገ ግኑኝነቱና ተዋረዱ ግልጽ የሆነ መዋቅር አለ። እንዲሁም በሠራተኞች ፈቃድ በፈለጉ ጊዜ በሚፈልጉት መንገድ የሚፈጥሩት መዋቅርና ግኑኝነት አለ። በዘፈቀደ የሚሠራ መዋቅር ዓላማን፣ የሥራ ተግዳሮትን ለመጋፈጥ እንዲቻል ከመፈለግ የተነሳ ሠራተኞች እንደ ዕድል ተጠቅመው የጋራ ኃላፊነታቸውን ለመወጣት የሚጠቀሙበት ዘዴ ነው። ይህ በቡድን በበጎ ፈቃደኝነት የሚሠራበት ግኑኝነት ነው። እንዲህ ዓይነት ግኑኝነት ሥርዐት የያዘውን ግልጽ የሆነ ግኑኝነት የሚደግፍ፣ የሚያዳብርና የሚያጣብቅ ነው። ሁለቱም ዓይነት አወቃቀሮች በየግላቸው ለድርጅቱ የሚሰጡት ጥቅም ቢኖራቸውም እርስበርሳቸው የሚደጋገፉ በአንድነትም የሚሰጡት የተሻለ ጥቅም አለ።

ጉልበት/ኃይልና አገልጋይነት

ኃይለኞች/ጉልበተኞች መሪዎች ኃይላቸውን/ጉልበታቸውን በአገልጋይ ተቋማት ላይ በሚፈጥሩት ተጽዕኖ ነው። የመሪዎቹ የአገልጋይነት ባሕሪይ የሚከሰተውና የሚለካው የሚመሩዋቸው ተቋማት ምን ያህል እንደ አገልጋይ ተቋማት እንደሚሠሩ ሲታይ ነው። የመሪዎቹ የመሪነት ባሕሪይ በትሕትና አገልጋይነታቸውን እየተለመመዱ ድርጅታቸውን አገልጋይ ድርጅት የሚያደርጉ ናቸው። ኃይል በጨመሩ ቁጥር የአገልጋይ ባሕሪይ እየጨመረ መሄድ ይኖርበታል። ኃይልን በትሕትና መቀበል ከጉረኝነትና በሌሎች ላይ ጭቆና ማድረግን ሊከላከል ይችላል። በኃይል በጭቆና መልክ የምንለማመደው አመራር በተከታዮች ላይ ምሬት፣ እንቢ ባይነትና አመጽ ያመጣል። ጭቆናው ጉልበቱ እስኪከስም ድረስ ይሠራ እንደሆነ ነው እንጂ ዘላቂ አይደለም።

ድርጅቱን የሚመሩ ባለአደራ የቦርድ አባሎች ዕለት ከዕለት የሚደረገውን ድርጊት የሚሳተፉ ሳይሆኑ ከላይ ሆነው የሚቆጣጣሩ ናቸው። ስለዚህ ሥልጣናቸው ብዙ ጉልበት ስለሚሰጣቸው ይህ ጉልበት በትሕትና በአገልጋይነት ስሜት እንዲወጡ ያስፈልጋል። በዚህም ምክንያት ባለአደራ ቦርድ አባላት አገልጋይ መሪዎች መሆን አለባቸው።

በድርጅቶች ላይ ሁለት ዓይነት መሪዎች አሉ። እነዚህም ከበላይ የሚመሩ የባለአደራ ቦርድ አባላትና እንዲሁም ዕለት በዕለት ድርጅቱን በማስተዳደር የድርጅቱን እንቅስቃሴ የሚከታተሉና የሚቆጣጠሩ ሥራ አስኪያጅ መሪዎች ናቸው። እነዚህ ሁለት ዓይነት መሪዎች በአገልጋይነት መንፈስ መሪነታቸውን የሚወጡ ከሆነ ድርጅቶችም አገልጋይ ድርጅቶች ይሆናሉ።

የባለአደራ ቦርድ አባላት

ብዙ ጊዜ የባለአደራ ቦርድ አባላት ድርጅቶችን ይቆጣጠራሉ። ከዚህም የተነሳ ሥራ አስኪያጆች አገልጋይ ባለአደራዎች ካልዋቸው የአገልጋይነት ባሕሪይ ያለው አስተዳደርና ቁጥጥር ያደርጋሉ። ባለአድራዎች የሥራ አስኪያጆችን ትጉና ዕውቀት የሞላበት አሠራር ደጋፊዎች ይሆናሉ። የድርጅቶች ፈር ቀዳጆች ናቸው። ባለአደራዎች በድርጅቶች ውስጥ ለሚያገለግሉና በውጭ ለመገልገል ለሚመጡ የቆሙ ናቸው። ባለአደራዎች እንደሚገባ የማይሳተፉበት ድርጅት ውጤታማ አይሆንም። ሥራ አስኪያጅ ያለ ባለአደራዎች ተሳትፎ ለብቻው ምንም ታታሪ ቢሆን ድርጅቱ አመርቂ አይሆንም። እንዲያውም ሥራ አስኪያጁ የሚገባውን ያህል ለመሥራት አለመቻሉ ብቻ ሳይሆን ሊያበላሽም ይችላል። ለዚህም ጥሩ ምሳሌ የሚሆን በመጽሐፍ ቅዱስ ያለው የሙሴ የመሪነት መንገድ ነው። ሙሴ ብቻው ሲባክን አማቹ ኃላፊነቱን ሊያጋራ እንዲችል ይመክረዋል። ለተውሰነ ጊዜ ምክሩን ከተቀበለ በኃላ ዘንግቶ

በእግዚአብሔር የታዘዘውን በማድረግ ፈንታ በራሱ ከድካምና ከቁጣ የተነሳ አለቱን በመምታት ውሃ ለማፍልቅ ቢችልም እንደተባለው ስላልታዘዘ እንደመሪ ሊቀጥል አልቻለም። ሥልጣን የተቀበለ መሪ ሥልጣኑን ለማጋራት የማይፈልግ ከሆነ በሥልጣኑ የመባለግ ፈተና ሊገጥመው ይችላል። ሥልጣን በእኩልነት ከሚጋሩ ጋር በስምምነት ከተሠራ አመርቂ አመራር ይኖራል።

የባለአደራ የቦርድ አባላት ኃላፊነት የድርጅቱን ምንነትና ዓለማውን መቅረጽ መቻል ነው። ድርጅቱ የተመሠረተው በዚህ ስለሆነ የባለ አደራ ቦርድ አባሎች ለድርጅቱ አስፈላጊ ናቸው። እንደሥራ አስኪያጅ ምክርም ይሁን የሥራችን ትክክለኛ ግምገማ ለማግኘት ከተፈለገ የባለአደራ የቦርድ አባላት በድርጅታችን ያስፈልጉናል።

አገልጋይ መሪነት በቤተክርስቲያን

የአገልጋይ መሪነት በቤተክርስቲያን አገልግሎት አስፈላጊ ነው። በዚህ ዘመን ያለውን ሕዝብ የምታገለግል ቤተክርስቲያን የሚያመች አመራር መጠቀም ተገቢዋ ነው። ቤተክርስቲያን በዚህ ዘመን ልትሰጠው የሚገባ የነቢይነት አገልግሎት የምትወጣበት መንገድ መኖር አለበት። አምልኮ የሚፈልግ ልብ መለኪያው ለመስማት በሚኖረው ዝንባሌ ነው። አድማጭ ምዕመናን ትክክለኛውን ነቢይ መለየት ብቻ ሳይሆን መቅረጽም ይችላሉ። በአገልጋይነት ባሕሪይ አገልግሎቱን የሚወጣ ነቢይ የቤተክርስቲያን አባሎች ጥሩ አድማጮች በመሆን ይሠሩታል። ሕብረተሰባችን ግብረገብ ያላቸውን መሪዎች ይፈልጋል። እነዚህ በግብረገብ የተካኑ መሪዎች የሕብረተሰቡን ሞራል በመገንባት ይመሩታል። ሃይማኖት ያላቸው መሪዎች ከእምነት የተገለለውን ሕዝብ ወደ እምነት በመመለስ ግብረገብ ሊኖራቸው እንዲችሉ ይጥራሉ። የመጽሐፍ ቅዱስ ትምህርት ቤትም ሆነ ሴሚነሪዎች

አብያተክርስቲያናት ከላይ የተጠቀሰውን ኃላፊነታቸውን እንዲወጡ ይረዳሉ።

የቤተክርስቲያን ድካምና ብርታት የሚለካው በሚጠቀሙበት የመሪነት ባሕሪይ ነው። ይኸውም መሪዎቹ አገልጋይ መሪዎች ከሆኑ በጉልበት ተጽዕኖ በምዕመናቸቸው ለማምጣት ከመጣር ይልቅ፣ በትምህርት፣ በምክክርና በምሳሌነት በሚያደርጉት ተጽዕኖ ሲያመጡ ነው። አገልጋይ መሪነት መተባበር፣ መተማመን፣ አርቆ ማየት፣ መደማመጥና ግብረገብ የተሞላበት አሠራር የሚዘወተርበት ነው። የሕብረተሰብ ብሎም የሀገር መልካም ለዉጥ የሚገኘው እያንዳንዱ አባል ትክክለኛ ለዉጥ ባገኘ መጠን ነው። ከግለሰብ ለውጥ ወደ ቡድን፣ ከቡድን ወደማሕበረሰብ ለውጥ ይኬዳል። ይህን ለውጥ ለማካሄድ ትክክለኛው የአገልጋይ መሪ አገልጋይ ሆኖ ሲመራ ነው።

በምሳሌነት የሚጠቀስ ጥሩ አገልጋይ መሪ ጌታ ኢየሱስ ነው። ደቀመዛሙርቱን ያገለገለው እንደ ባርያ፣ ብሎም የራሱን ሕይወት በመስጠት ነው። ያስተማራቸውም ተከታዮቹ የእርሱን ፈለግ እንዲከተሉና እርሱን እንዲመስሉ ነው። ክርስቲያኖች ጠቅላላ ይህንን ፈለግ በመከተል እንደ ጨውና መብራት በዓለም እንዲመላለሱ ይጠበቅባቸዋል። አገልጋይ መሪ ስለሥራ ያለው አስተሳሰብ ትክክለኛ ከሆነ የአገልጋይ መሪነት ባሕሪይ የተስተካከለ ይሆናል።

በብሉይ ኪዳን እንደምንመለከተው ከውድቀት በፊት ሥራ ለሰዎች የተሰጠ ዕድልና ኃላፊነት እንጂ ሸክም አልነበረም። ሰው ከውድቀት በኃላ ግን ሠርተህ ግረህ ትበላለህ ስለተባለ እርግማኑ ስለሥራ ያለውን አስተሳሰብ ቀየረ። ስለዚህ አገልጋይነት ትክክለኛው ከውድቀት በፊት የነበረው አስተሳሰብ ቢኖረን የመታደል ኃላፊነት አድረገን ስለምንወስደው የምንረካበትና የምንደሰትበት ሁኔታ እንገነባለን። ክርስትና ከውድቀት የተነሳንበት፣ እርግማን ከኛ የተወገደበት፣ በመጀመሪያ ከውድቀት በፊት የነበረው ስለሥራ ያለን

አስተሳሰብ የሚታደስበት ሕይወት ነው። ስለሆነም የአገልጋይነት ባሕሪይ ብሎም የአገልጋይ መሪነት ባሕሪይና ልምምድ እንደመሪዎችም ይሁን እንደ ተከታዮች የሚመቸንና የሚያረካን ይሆናል። ይህ አስተሳሰብ ሰዎችን ሁሉ ነፃ የሚያወጣ አስተሳሰብ ነው።

እያንዳንዱ አገልጋይ በቡድን ሲሆን በአንድነት አገልግሎቱን የመወጣት ልምድ ለቤተክርስቲያን እንግዳ አይደለም። አዲስ ኪዳን ቤተክርስቲያን እንደ አንድ አካል አባሎቹዋም የተለያዩ ብልቶች ቢሆኑም በአካሉ ውስጥ ለሕልውናቸውና የግልም ሆነ የጋራ ዓላማቸውን ለመወጣት እኩል በመሳተፍ እንደሚገለገሉና እንደሚያገለግሉ ይጠቁማል። የቤተክርስቲያን ጠቅላላ አገልግሎት አባሎቿ እኩል በሚሳተፉበት ሁኔታ ትወጣለች። የሚመሯት ለዚህ በሚያመች አመራር መጠቀም ይኖርባቸዋል። ይኸውም የአገልጋይነት አመራር ነው። እግዚአብሔር አገልጋይ ለመሆን ሰው መሆን ነበረበት። ይህ በቤተክርስቲያን ያሉ መሪዎች አገልጋይ ለመሆን እንደባሪያ ሌሎቹን ለማገልገል የተዘጋጁ እንጂ ከሰው ክብር ፈላጊዎች፣ ጉልበታቸውን የሚያሳዩበት በጉልበት በሌሎች ተጽዕኖ ለማሳደር የሚሞክሩ መሆን የለባቸውም። በዚህ ፈንታ ራሳቸውን እየካዱ ሌሎቹን በማክበር፣ የሌሎቹን ዕድገት ለማየት በመጓጓት በመተባበር የሚያገለግሉ መሆን አለባቸው። ጌታ ኢየሱስ በምሳሌነት ማሳየት ብቻ ሳይሆን "ማንም ታላቅ ለመሆን የሚፈልግ እንደ ባሪያ ሌላውን ያገልግል፣ የመጀመሪያ ለመሆን የሚፈልግ የመጨርሻ ይሁን" ብሎ አስተማረ።

ሰው በተፈጥሮ ምንም እንኳ ፍጹም ባይሆን በአገልግሎት መልካም ሕይወት እንዲኖረው ሊማር ይችላል። ሰው ምንም እንኳ ፍጹም ባይሆን፣ ማገልገልንና መምራትን አጣምሮ የመሥራት ችሎታው በእግዚአብሔር መልክ የተፈጠረ እንደሆነ ምልክቱ ነው። በእርግጥ ይህ መልክ ከኃጢያት የተነሳ የጠራ ላይሆን ይችላል። ሌላውን ሰው

መቀበል ሰው ፍጹም እንዳልሆነ መረዳት ያስፈልጋል። ማንኛውም ሰው ፍጹም ያልሆነውን ሰው እንደ አገልጋይ ሊመራ ይችላል። አከራካሪ ቢሆንም ማንኛውም ፍጹምና ያልዳበረ ሰው ተከታይ ለመሆን ራሱን ይሰጣል። አገልጋይ መሪ ያላደገውን ተከታይ ሊያሳድግ ብሎ መሪ እንዲሆን ሊረዳው ይችላል። ተከታዮች ሥራቸው የጠራ ወይም ብዛት ባይኖረውም ተቀባይነት እንዳገኙ፣ እንደሚታመኑ፣ እንደሚከበሩና በመገምገም እንዳሉ ቢያውቁም የበለጠ እንደሚያድጉና እንደሚያመርቱ ጥናቱ ያሳያል። ጉልበትም ሆነ ሥልጣን ያላቸው ሰዎች እንዲያድጉ፣ ጤናማ የበለጠ ዐዋቂዎች፣ ነፃ እንዲሆኑና በራሳቸው እንዲተማመኑ ካደረጋቸው ራሳቸው አገልጋይ መሪዎች መሆናቸው አይቀርም። የአገልጋይ መሪነት አስተሳሰብም ሆነ ልምምድ ስኬታማ ውጤት ማምጣት መቻሉ ብቻ ሳይሆን በተቋማት ላይ ለውጥ እንዲኖር በተጨማሪም ሕብረተሰብ ሊለውጥ ይችላል።

የሚሰጠው የትምህርት ዓይነት

መሪዎችን መገንባትና ማሳደግ መርሀግብር ለአንድ ድርጅት፣ ለትንሽም ይሁን፣ ለትላልቅ ተቋማት አስፈላጊ ነው። መሪዎች የሚያስፈልጉ የአመራር ክህሎቶቻቸው ከዘመን ወደ ዘመን ድርጅቱ በሚሸጋገርበት ጊዜ ክህሎቶቻቸውም መሻገር ብቻ ሳይሆን መሻሻልም አለባቸው። መሪዎችን ለማፍራት በሚፈለግበት ጊዜ በሂደቱ ውስጥ መካተት ያለባቸው ወደመሪነት ሊሸጋገሩ የሚገባቸው ሰዎች ሊያልፉበት የሚገቡ እርከኖች እንደሚከተሉት ባጭሩ እዚህ ይቀርባሉ።

- የድርጅቱን አጠቃላይ ሁኔታ ሊገነዘቡና ሊያውቁ እንዲችሉ መርዳት፥ የሚመደቡበት የኃላፊነት ቦታ ብቻ ሳይሆን ድርጅቱን በአጠቃላይ ሊያውቁ እንዲችሉ ማሳየት። ድርጅቱን ወደፊት አቅጣጫ ሊያሳይ የሚገባ መሪ ድርጅቱ ያለበትን ሁኔታና አቋም መረዳት ይኖርበታል።
- በተለያየ ክፍሎች ሊሠሩ ኃላፊነት ሊኖራቸው እንዲችል መርዳት፤ በድርጅቱ የሚካሄዱ የተለያዩ ክፍሎችን

ማወቃቸው ገብተው ማየታቸው ለመርዳዳትም ሆነ ተባብሮ ለመሠራት የሚያዘጋጃቸው ይሆናል።

- ተግዳሮትን ሊጋፈጡ እንዲችሉ የድርጅቱን አስቸጋሪ ሁኔታም ሊያውቁ እንዲችሉ መርዳት ያስፈልጋል። ችግሮችን ለመፍታት እንዲለማመዱ አዳዲስ አሠራርን ለመፍጠር እንዲችሉ ማበረታታት። ይህም አዳዲስ ክህሎት እንዲገበዩ እንዲሁም በሥራ በራሳቸው ሊተማመኑ እንዲችሉ ይረዳቸዋል።
- ድጋፍ የሚሰጣቸው ግለሰብም ሆነ ቡድን ማዘጋጀት። የሚመክሩዋቸውና የሚያርሟቸው ሰዎች አብረዋቸው እንዲሆኑ ማድረግ። የሚሠሩዋቸውና የሚወስኗቸው ጉዳዮች ሙሉ በሙሉ ለመቀበል ባይቻልም ለወደፊቱ እየበረቱ እንደሚሄዱ ለማሳየት እንዲቻል በራሳቸው ለመተማመን እስኪችሉ ድረስ ማበረታታት ያስፈልጋል። ምክር ሰጪዎችንና በግል እየተከታተሉ የሚያሠለጥኑዋቸውን መመደብ። ለመሪነት የሚዘጋጁ ሰዎች ሲቸገሩም ይሁን ጥያቄ ሲኖራቸው መልስና ድጋፍ የሚሰጧቸው ሰዎችም እንዲኖሩ ያስፈልጋል። በመሪነት ላይ ያሉ ሰዎች ሊረዷቸው እንዲችሉ መመደብ ይቻላል።
- በድርጅቱ ውስጥ ተቋማዊ የሆነ የምክርና የክትትል መዋቅር መዘርጋት ይገባል። ግምገማና አስተያየት በጊዜው መስጠት መቻል። ተከታትሎ እርምትና ድጋፍ መስጠት ካልተቻለ፣ ሠልጣኞቹ ለመሻሻል ስሕተታቸውንም ለማረም ዕድል አያገኙም። በትክክል መሥራታቸውን የሚገመግማቸው ሰው ይፈልጋሉ። ስሕተት እየደጋገሙ ከሠሩ ልማድ ይሆናል፤ ድርጅቱም ይጎዳል። ስለዚህ በጊዜው እርምት፣ ምክርና መልካም ሠርተሃል የሚላቸው ሰው መኖር አለበት።
- ላበረከቱት አስተዋጽዖ፣ ላሳዩት ትጋት ተገቢ ሽልማት እንዲያገኙ መርዳት። የተሰጣቸው ኃላፊነትም ሆነ ያቀዱት ሥራ በጊዜና በጥራት መሥራታቸው ሲታወቅ፣

ዓላማቸውን በሥርዓት መፈጸማቸውን ለማሳየት እንዲቻል ጎሽ ማለትና ሽልማት ቢሳጣቸው የበለጠ ይቀሰቀሳሉ። ታታሪ፣ አምራቾች እንዲሆኑ የሚቀሰቅሳቸው የሚያበረታታቸው ምን እንደሆነ በማወቅ ሊደረግላቸው የሚገባውን ማድረግ ተገቢ ነው። መርሳት የሌለብን እንደመሪዎች ሌሎች መሪዎች የምናሳድግበትና የምናፈራበት መንገድ ሠራተኞቻችን ማየታቸውና መታዘባቸው ስለማይቀር መልካም አመራር ባሕላዊ ባሕሪይ እንዳለው መዘንጋት የለብንም። አገልጋይ መሪ የአገልጋይነት ባሕሪይ ሲያሳይ አገልጋይ ድርጅትን ይፈጥራል።

ለመልካም አመራር የሚጠቅሙ ተጨማሪ አስፈላጊ ጉዳዮች አሉ። ከእነዚህም ጥቂቶቹ፣ አንደበተ ርቱዕነት፣ ነገሮችን በሥርዓት መረዳት፣ ትክክለኛ አስተሳሰብ፣ ተጨዋችነት፣ አማራጭ አሠራሮችን ማስተናገድ መቻል፣ ወላዋይ አለመሆን፣ በተፈለገ ጊዜ የሚገኝ፣ በሌላው ሰው ቦታ ሆኖ ነገሮችን መገንዘብ፣ ማስተዋል፣ ሠራተኞች ለሥራ መቀስቀስ መቻልና አዲስ አሳብ አፍላቂነት ያጠቃልላል።

ሥርዓትን መዘርጋት

ማንኛውም ድርጅት መሪዎችን ለማፍራትና ለመገንባት የሚያመች መዋቅርና ሥርዓት ካልዘረጋ አዳዲስ መሪዎችን ማግኘትም ይሁን ማፍራት አይቻልም። በውስጥ ካሉ ሠራተኞች ወደ መሪነት ለመለወጥ የሚያመች አይሆንም። ከሌላ ድርጅት የመጡ መሪዎችም አይመቻቸውም። ስለዚህ ትተው ለመሄድ ይገደዳሉ።

የመሪነት ሥርዓት ውጤታማ ሲሆን ድርጅት ምርታማ ይሆናል። የመሪነት ሥርዓት የድርጅቱ ዋና ማንቀሳቀሻ ወደ ምርታማነት የሚያደርስ ሥርዓት ነው። ሂደቱ መሪነትን ስምምነት ያለው፣ የወደፊቱን አቅጣጫ /ራዕይ/

የሚያሳይና የሚመራ፤ ስልታዊ እቅድን በሥራ እንዲተረጎም የሚረዳ፤ ግልጽነት የሚጨምር የሐሳብ ልውውጥ እንዲኖር የሚረዳ፤ ድርጅቱ የሚመለከታቸው ሰዎች ሊሳተፉ እንዲችሉ የሚረዳ፤ የሠራተኞችን ክህሎት የሚጨምር፤ ምርታማነትን የሚቆጣጠር፤ ተጠያቂነት እንዲኖር የሚረዳ፤ አመርቂ ውጤት የሚያስገኝ፤ ቅርስን በሥርዓት ለመጠቀም የሚያስችል፤ የድርጅቱን ባሕል የሚያዳብርና ውጤታማነትን የሚያረጋግጥ ነው፡፡ የመሪነት ሥርዓት የድርጅቱ አንኳር፤ መለያ ምልክት፤ ውጤት የሚያስገኝ መድረክ የሚሰጥ፤ የድርጅቱን ማንነትና ኃላፊነት የሚተልም ነው፡፡ የመሪነት ውጤታማ ሥርዓት የድርጅቱን ውጤታማነት የሚያስከትል ነው፡፡ የመሪነት ሥርዓቱ ድርጅቱ እንዲዋብ፤ በሥርዓት እንዲንቀሳቀስ፤ የአባሎች ተሳታፊነት፤ የድርጅቱን ዕድገት፤ የተሻለ ውጤት የሚያስገኝ የገንዘብ ትርፍ ሊኖር እንዲችል የሚረዳ መሆን አለበት፡፡ በድርጅቱ የመሪነት ሥርዓት የሚካተቱ ስድስት ነጥቦች ከዚህ በታች ባጭሩ ይቀርባሉ፡፡

1. መሪነት፤ ጥሩ ውጤት እንዲገኝና የድርጅቱ ምርታማነት እንዲረጋገጥ ከተፈለገ መሪዎች የሥራውን ሂደት መተለምና በትክክል መካሄዱን ማረጋገጥ ተገቢያቸው ነው፡፡ መሪዎች ራዕይንና የድርጅቱን እሴቶች በትክክል በሥራ መተርጎማቸውን መከታተልና ማረጋገጥ አለባቸው፡፡ መሪዎች ለሚከተሉት ሦስት ጥያቄዎች መልስ ማግኘት አለባቸው፡፡

❖ ራዕይ/እሴት፤ ለተገልጋዮች የሚጠቅም ምን እሴት እናቀርባለን? ለእነማን ምንና ለምን እንሠራለን?

❖ ስልታዊ እቅድ፤ የምንጠቀምበት መንገድና አሠራር ምንድር ነው? ራዕዩን በሥራ ለመተርጎም የሚያስችል የተነደፈ አሠራር የትኛው ነው?

❖ መዋቅርና አጋርነት፤ ከማን ጋር እንዴት ተዋቅሮ ይሠራል? ሥልቱ፤ የምንጠቀምበት ቴክኖሎጂ፤ ልምምድ፤ ሂደት፤ አመራርና ባሕል፤ ግምገማና

77

መለኪያ ምን ሊሆን ይችላል? ይህስ ሁሉ የተሻለ ውጤት ሊያስገኝ እንዲችል ተዘጋጅተዋል ወይ?

2. የሐሳብ ለሐሳብ ልውውጥ፣ ሰዎች አብረው የሚሠሩ እየተነጋገሩና እየተመካከሩ ሓሳብም እየተለዋወጡ ነው። የንግግሩ ሂደት፣ ይዘትም ሆነ ዓላማ ከድርጅቱ ራዕይና እሴት ጋር የሚቀናጅ መሆን አለበት። የሚቀርበው ሐሳብ፣ አነጋገሩ፣ መቼ፣ የትና ለምን እንደሚነገር የድርጅቱን ባሕል ማንጸባረቅ ይኖርበታል። መሪዎች ሐሳባቸውን በግልጽ ለሠራተኞቻቸው የሚናገሩ ከሆነ ታማኝነት ይኖራቸዋል፣ ተከታዮች ሊያደርጉት የሚገባውን በግምት አይሠሩም፣ አያመካኙም፣ የሚያደርጉትን በትጋት ሊያደርጉ እንዲችሉ ያበረታታቸዋል፣ ያለጥርጥር የድርጅቱ አባሎች እንደሆኑ ያውቃሉ።
3. ተጠያቂነት፣ መሪዎች የድርጅቱን ራዕይና ስልታዊ አቅጣጫን ወደ ግቦች፣ ዓላማዎች፣ ተግባሮችና ተጠያቂነት መተርጎም አለባቸው። የሥራ ተጠያቂነት ሥርዓት ከሠራተኞች የሚጠበቅ ኃላፊነትና የሚያስከትለው የሽልማትም ይሁን የቅጣት ውጤት ተንትኖ ያቀርባል። መሪዎች በመሪነትና በአመራራቸው ሂደት ተጠያቂነት፣ ግምት/ትንበያ፣ ትምህርት፣ የድርጅቱ መታደስና ቀጣይነት ሥርዓት መዘርጋት ይኖርባቸዋል።
4. አቅርቦት፣ ማንኛውም ድርጅት በውስጥ የሥራ ቅልጥፍና መዘርጋቱን የሚያረጋግጥ፣ ለአከባቢው አገልግሎት መስጠት የሚያመችና በዓለም አቀፍ ሁኔታ ሳይደናገር በመስማማት የሚያገለግልበትን ሥርዓት መዘርጋት ያስፈልገዋል። ተገልጋዮች ውስብስብ የሆነ አሠራር ተውግዶላቸው እየተሳተፉ የሚያገለግሉበት ዕድል እንዲኖራቸው ይመረጣል። አብልጦ ጥራትና ብዛት ያለው ምርት ለማቅረብ መቻል የማያቋርጥ ሙከራ መኖር አለበት። በተግባር የሚተረጎም እቅድ ሁሉ ቅደም ተከተሉን የጠበቀ፣ የተሻለውን ቴክኖሎጂ በመጠቀም፣ ከስልታዊ

እቅድ ጋር የተቀናጀ ተግባር፤ የሚሻሻል አሠራር፤ ቁልፍ
በሆኑ ቦታዎች በመለየት ሂደቱን መከፋፈል፤ ዋና ዋና
ተግባራትን በዘመናዊ ቴክኖሎጂ በመደገፍ፤ የተሻለውን
አመራር በመጠቀም መንዝ ያስፈልጋል።

5. ክህሎት፤ የሰው አቅም ግንባታ ሥርዓት ዓላማው
በክህሎት የተዘጋጁ የመቀበል አቅማቸውን ማዳበርና
በድርጅቱ እንዲቆዩ መጣር ነው። ዋና ኃላፊነቱ የተሻሉ
ሠራተኞችን በመቅጠር ክህሎታቸው እንዲጨምር፤
ችሎታቸውና ዕውቀታቸው በሚሠሩበት ወቅት ማድረግ
ነው። ይህም ሆኖ አቅማቸው፤ ችሎታቸውና ዕውቀታቸው
በጨመረ ቁጥር ተገቢ ጥቅም እንዲያገኙ ቢደረግ በድርጅቱ
ታማኝ ሠራተኞች ሆነው መቆየትን ይመርጣሉ።

6. መለኪያ፤ በየዕለቱ የሚሠራውን ድርጊት በቁጥር፤
በመጠንና በይዘት የደረሰበትን ለማወቅ የሚያስችል
መለኪያ ማዘጋጀት ያስፈልጋል። ማንኛው ደርጅት የሥራ
ጥራት መገምገሚያ፤ ትክክለኛ የአሠራር ባሕሪይ፤ ቀሪው
ሥራ መቼ እንደሚያልቅ የሚታወቅበት መንገድ እንዲኖር
ያስፈልጋል። በእነዚህ መለኪያዎች ሥራው ያዋጣ ወይም
አያዋጣ እንደሆነ መለየት ይቻላል። በድርጅቱ
የሚካሄደውን ማንኛውንም እንቅስቀሴ ለመገምገም
የሚያስችል መለኪያና መንገድ ይኖረዋል። መሪዎች
እነዚህን መለኪያዎች በመጠቀም ሂደቱን ለመቆጣጠር
ይችላሉ። መሪዎች ከተዘጋጀው ፍኖተ ካርታ አንጻር
ውጤቱን ይለካሉ፤ የሥራው ሂደት በተዘጋጀበት ሥሌት
ይገመግማሉ፤ ፍኖተ ካርታውንም እንደ አስፈላጊነቱ
ዘመናይ ያደርጋሉ፤ ድርጊቶች ከራዕዩ አንጻር እየተሠሩ
መሆናቸውን ለማወቅ ይሞክራሉ።

ቅርስ/በጀት መመደብ

የመሪነት ማዳበር ፕሮግራም የግለሰቦች አቅም
መገንባት ምክንያት ብቻ ሳይሆን ድርጅቱንም ለማዳበር

አስተዋፅኦ እንዳለው ተመልክተናል፡፡ ይህ ጥቅም እንዳለው ሲታወቅ ሥራ አስኪያጁም ሆነ ሌሎች መሪዎች በሐሳቡ እንዲስማሙና ለሥራ ማስኬጃ ገንዘብ መፍቀድ ያስፈልጋቸዋል፡፡ ለዚህም ምክንያት ፕሮግራሙን እንዲቀበሉት መጣር ይኖርብናል፡፡ ሂደቱ አስተማማኝ እንዲሆን ለሚጠየቁ ጥያቄዎች በቂ መልስ ለመስጠት መዘጋጀት ይኖርብናል፡፡

ፕሮግራሙ ተቀባይነት እንዲያገኝ፣ ፕሮግራሙም ለደርጅቱ ዓላማ፣ ራዕይ፣ እሴትና የተዘጋጁ ግቦች መሳካት ምን አስተዋፅኦ እንዳለው ማሳየት ያስፈልጋል፡፡ ለፕሮግራም የሚደረግ ወጪ ከሚገኘው ጥቅም ጋር የሚወዳደርበት መንገድ ማሳየትም ተገቢ ነው፡፡ መሪዎቹ ከሰለጠኑ በኃላበቅልጥፍናና በጥራት፣ በፈጠራም ለድርጅቱ ከስልጠናቸው የተነሳ የሚያመጡት መሻሻል በገንዘብ ተምኖ ማቅረብ ያዋጣል፡፡ የፕሮግራሙን አስፈላጊነት ለመሪዎች ለማስረዳት እንዲቻል ምክንያቶቹ ለመሪዎች ሲቀርቡ ከድርጅቱ ዓላማ ጋር የተቀናጀ እንደሆነ ማሳየት ያስፈልጋል፡፡ ፕሮግራሙ በአመራርና በአሠራር ያለውን ክፍተት ለሞሙላት ምን የህል አስተዋፅኦ እንደሚያደርግ ለማሳየት መሞከር ተገቢ ነው፡፡ በፕሮግራም ዝግጅት ሂደት አጠቃላይና የየክፍሉ መሪዎች የትኛው ስለመሪነት የሚሰጥ ርዕስ ለየትኞቹ አዳጊ መሪዎች እንደሚጠቅም መጠይቅ ቀርቦላቸው ከሆነ የመጠየቁ ውጤት በአስረጅነት ለወሳኞቹ ማቅረብ ይረዳል፡፡ ቀደም ብሎም ድንገት እንዳይሆንባቸው የቅርብ አለቃና ዋና ሥራ አስኪያጁ ስለፕሮግራሙ እንዲያውቁና አስተያየት እንዲሰጡበት ቢደረግ ሂደቱ እንዲፋጠንና አዎንታዊ ምላሽ እንዲያገኝ ይረዳል፡፡

አንድ ሕብረተ ሰብ መሪዎች ሊገኙ እንዲችሉና መሪዎችንም ለማፍራት ትልቅ አስተዋፅኦ ያደርጋል፡፡ መሪዎች በመወለድም ይሁን ተቀርጸው በመሰልጠን የሚገኙት ከሕብረተሰቡ ውስጥ ነው፡፡ በእርግጥ አንዳንድ መሪዎች ከሌላ አካባቢም ቢመጡም ያፈራቸው ሌላው

ሕብረተሰብ ነው። መሪዎች በመወለድ ብቻ ሳይሆን በሚያድጉበትም ጊዜ በሕብረተሰቡ ባሕል ይቀረጻሉ፣ በሕብረተሰቡም እሴቶች ይካናሉ። በሕብረተ ሰቡ ያለው የአመራር አወቃቀር፣ ሥነሥርዓትና ባሕል በመሪው ላይ ተጽዕኖ ይፈጥራል። በሕብረተሰቡ ውስጥ ያሉ ተቋማት መሪዎቻቸውን ለማፍራት የተለያዩ ቅርሶች መጠቀም ያስፈልጓቸዋል። ይኸውም የሰው ኃይል፣ ማሰልጠኛ ቦታዎች፣ ባጀት፣ ወዘተ። ይህ ሁሉ ከተዘጋጀ መሪዎችን ለማፍራትና ለመገንባት ይቻላል።

የአንድ ሀገር ፖሊሲ፣ ሥርዓትና ቢሮክራሲ ትክክለኞች መሪዎችን ለማግኘት፣ ለማፍራትና ለመገንባት ትልቅ አስተዋጽኦ ያደርጋል። የመሪዎች የመሪነት ልምምዳቸው የሚቀረጸው ሀገሩ የሚመራበት ርዕዮተ ዓለምና የፖለቲካ ሥርዓት ነው። በኮሚኒስት ሀገሮች ስለ ግለሰብ ነፃነትና ስለተፎካካሪ ፓርቲዎች ማሰብ ዘበት ነው። የአመራሩም ይሁን የቢሮክራሲውም ሂደት የኮሚኒዝም ሥርዓትና ራዕይ የሚጣረዝ መሆን የለበትም። የመሪነት መዋቅሩ አብዛኛው ጊዜ ከላይ ወደ ታች ነው። በዚህ ሁኔታ የሚገኙ መሪዎች፣ ማፍራትም ሆነ ማሳደግ ካለብንም ለዚህ የሚያመች አመራር እንዲጠቀሙ ይደረጋል።

ምዕራፍ 4
የመሪዎች መተካካት

ስለ መሪዎችን የመተካካት እቅድ ዝግጅት አስፈላጊነት ብዙ ድርጅቶች ቁምነገር አድርገው ሥርዓት ባለው ሁኔታ ለመመልከት ደንታ የላቸውም። አብዛኛዎቹ ድርጅቶች ትናንሽ ስለሆኑና ጥቂት ሠራተኞች ስላሉዋቸው እንዲሁም ዳይሬክተሮች ከሥራ ድንገት ቢለቁ ምን ይደረጋል የሚለውን ጥያቄ ለመመለስ ከመሻት ይልቅ ሌሎች ድርጅቱን የሚመለከቱ ችግሮችን መፍታት ቅድሚያ ስለሚሰጡ የመተካካት እቅድ ለማዘጋጀት ቅድሚያ አይሰጡም። ሆኖም ድርጅቶች ታናንሾቹም ሆኑ ታላላቆች በአጠቃላይ መሪዎችን የመተካካት እቅድ ማዘጋጀት ለድርጅታቸው ቀጣይነትና ስኬት አስፈላጊ እንደሆነ የተለያዩ ምክንየቶች ይሰጣሉ። ከምክንያቶቹም ውስጥ ዋናው ድርጅቶቹ ተልዕኳቸውን የሚወጡት፣ አገልግሎታቸውን ለመቀጠል የሚችሉና ዓላማቸውን የሚፈጽሙት ነባር ሠራተኞችም ሆኑ መሪዎች ከድርጅቱ ሲለቁ በድርጅቱ ውስጥ በሚቀሩ ሠራተኞች ብሎም በቀሪ መሪዎች በኩል ብቻ ይሆናል። ሆኖም የሠራተኞች ቁጥር ማነስና በቂ ክህሎት ያላቸው ሠራተኞች ማጣት በድርጅቱ ላይ ትልቅ አሉታዊ ተጽዕኖ ያመጣል። የመተካካት እቅድ ቀደም ብሎ ማዘጋጀት ከሚያስፈልግበት ሌላው ምክንያት ድርጅቶች በአሁኑ ጊዜ የሚያጋጥማቸውን ተግዳሮቶች ሲገመገም ነው። ነባር መሪዎች በጡረታ ምክንያት እየተገለሉ ናቸው፣ ይዘውት የነበረውን ቦታ የሚተኩ በድርጅቱ ውስጥ በቂ መሪዎች የሉም። ብቃትና የመሪነት ክህሎትና ልምምድ ያላቸው ሠራተኞች ከውስጥም ከውጭም ማግኘት ቀላል አይደለም። ቀደም ተብሎ በየድርጅቱ ክፍሎች በመሪነት ተቀጥረው ሲሠሩ የነበሩ ባለሙያዎች በበጅት እጥረትና ድርጅቱ ቀልጣፋ አሠራር ከመፈለግ የተነሳ በቅነሳ ይገለላሉ። አንዳንድ መሪዎች

በበቂ ምክንያት ባይቀነሱም ቦታቸው ለሌላ መሪ ለመስጠት ፈቃደኞች አይሆኑም።

ሥርዓት ባለው ዝግጅትና እቅድ ድርጅቶች የሚካሄደውን ለውጥ ለመቆጣጠር ይችላሉ። መሪነትም ከአንዱ ትውልድ ወደሌላው ትውልድ ማስተላለፍ ይችላል። ሆኖም ድርጅቶች ምንም ቢሆን የመሪነት መተካካት ስልታዊ እቅድ እንዲኖራቸው ያስፈልጋል። ስኬታማ የመተካካት እቅድ ድርጅቱ ቀጣይነት እንዲኖረውና የሚፈለጉ ሠራተኞች በወቅቱ እንዲቀጠሩና እንዲዘጋጁ ይረዳል። የቦርድ አባላትና ሌሎች የድርጅቱን መሪዎች መተካካቱና የለውጡን ሂደት ያለምንም እክል ለመቆጣጠር ይመረጣል።

የመሪዎች የመተካካት እቅድ ማለት ምን ማለት ነው?

የመተካካት እቅድ ማለት በድርጅቱ ውስጥ ያሉ በተለያየ ምክንያት ከነበሩበት ቦታ ሲለቁ እነሱን ለመተካት እንዲችሉ አዳዲስ መሪዎችን መልምሎ በማሳደግ በድርጅቱ ውስጥ መተካካት እንዲኖር የሚደረግ ዝግጅት ነው። ዋናው ቁምነገር የነባር መሪዎች የመልቀቅ ሁኔታ ከመከሰቱ በፊት ከድርጅቱ ውስጥም ይሁን ከውጭ አዳዲስ መሪዎችን በማሰልጠን ሊተኳቸው እንዲችሉ በተጠባባቂነት አሰልፈው ማቆየት ነው። በዚህም መንገድ በድርጅቱ የሚደረገው ለውጥ ያለእንቅፋት እንዲካሄድ ለማድረግ የሚቻልበት መንገድ ይቀየሳል። የመተካካት እቅድ ከድርጅቱ ፍኖተካርታ ጋር ተናቦ የመሪነትም ይሁን የመሪዎች ለውጥ ሲደርግ ተተኪ መሪዎች ኃላፊነታቸው፣ የሚጫወቱት ሚናና የሚያስፈልጋቸው የመሪነት ክህሎት ታውቆ በሥራ ለመተርጎም የሚያስችል ዝግጅት ነው። ከዚህም የተነሳ አዳዲስ መሪዎች መልምሎ ማሳደግ መቻል ዋና የድርጅቱ አስፈላጊ ተግባር ነው።

የመሪዎች የመተካካት ዕቅድ በሌላ አነጋገር አዳዲስ መሪዎችን ለማፍራት እንዲቻል መልምሎ የማሰልጠንና ነባር መሪዎችን የመተካት ሂደት ነው። ይህ የመተካካት እቅድ

በድርጅቱ ውስጥ የሚዘረጋ ሥርዓት ሲሆን ተተኪ መሪዎች ሊዘጋጁ፣ ከድርጅቱም ውስጥ ይሁን ከውጭ ተመልምለው ሊሠለጥኑና ሊተኩ እንዲችሉ የሚረዳ ነው። በዚህም ሁኔታ መተካከቱ በሚካሄድበት ወቅት ለውጡ ሥርዓት ያለው ይሆናል። ይህ መሪዎችን ማፍራትና ማሳደግ በዘፈቀደ የሚሠራ ሳይሆን የድርጅት መሠረታዊ ኃላፊነት እንደሆነ ማመንና መዘጋጀት ይገባል።

አጠቃላይ የመሪዎች የመተካካት እቅድ ለምን ያስፈልጋል?

የድርጅቱን ተልዕኮ ለማሳካት፣ የሚሰጠውን አገልግሎት ለመቀጠልና የድርጅቱ የወደፊት ሕልውና ለማረጋገጥ እንዲቻል የመተካካት እቅድ ያስፈልጋል። በድርጅቱ ውስጥ የነበሩ መሪዎች በተለያየ ምክንያት ከድርጅቱ ቢወጡ ተክተው የሚሠሩ መሪዎች በድርጅቱ ውስጥ መኖራቸው አስፈላጊነት ግልጽ ስለሆነ፣ይህንን ለማረጋገጥ እንዲቻል በቅድሚያ የመተካካት እቅድ ማዘጋጀት አስፈላጊ ነው።

በየትኛውም ድርጅት ቢሆን አንድ ወቅት መሪዎች የመሪነት ቦታቸውን ታስቦም ይሁን ሳይታሰብ ይለቃሉ። ይህም ከሚሆንበት ምክንያቶቹ ጥቂቶቹን ብንጠቅስ፣ ሌላ ከፍ ባለ ቦታ ሲሾሙ፣ በጊዜያዊነት በዝውውር ሲለቁ፣ ከሥራቸው በራሳቸው ፈቃድ ሌላ ድርጅት ለመግባት የመልቀቂያ ደብዳቤ ሲያስገቡ፣ ጡረታ ሲወጡ፣ በበሽታ ምክንያት ወይም በችሎታ ብቃት ማነስ መሥራት ሲሳናቸውና በሞት ሲለዩ ሊሆን ይችላል።

በዚህም ይሁን በሌላ ምክንያት መሪዎቹ ሲለቁ መሪ መተካት እንዲቻል ዝግጅት ይጠይቃል። እንዲህ የሚያዘጋጁ ድርጅቶች ሠራተኞቻቸው የወደፊቱን ማወቅ ይችላሉ፣ የመሥራት ፍላጎታቸውም የበለጠ ይነሳሳል፣ ለማንኛውም ለውጥ የተዘጋጁ ይሆናሉ፣ እንዲሁም ለላቀ ሥራ

ምርታማዎች ይሆናሉ። ስለዚህ ጥሩ የመተካካት ተግባር ሂደቱም ሆነ የሚጠቀሙበት መንገድ በድርጅቱ ውስጥ ስኬታማ ውጤት ያመጣል።

የመተካካት እቅድ ዝግጅትና ጥቅሙ

- የወደፊቱን መሪዎች ለይቶ ለማወቅ ይረዳል፣ ልዩ ክህሎትና ስጦታ ያላቸውን ሠራተኞች ለይቶ በማወቅ በተሻለ ቦታ ለመመደብ እንዲቻል ይረዳል። የሠራተኞቹን ደካማ ጎን ዐውቆ ክህሎታቸውን ሊያሻሽሉ እንዲችሉ ያዘጋጃል። ከውጭ ከማምጣት ይልቅ ከውስጥ መመልመል መቻል የሠራተኞች ሞራል ይጨምራል፣ ሠራተኞችም ለድርጅታቸው ያለው ታማኝነት ይጨምራል። መሪዎች ያለምንም ተግዳሮት ክፍት ቦታዎችን ለመሙላት፣ አዳዲስ ቦታዎች ካሉም መሪዎችን ለመመደብ የቀለለ ይሆንላቸዋል።
- መሪዎችን ለመመልመል የሚጠፋው ጊዜና ገንዘብ ይቀንሳል፣ መሪዎቹ ከውስጥ የሚተኩ ከሆኑ ከውጭ የመመልመል ሂደት ይቀንሳል በዚህም ገንዘብና ጊዜ ሠራተኛን ከውጪ በማምጣት አይባክንም። ድርጅቶች በየዓመቱ ከውጭ ብቃት ያላቸውን ሠራተኞች መልምለው ለመቅጠር እንዲችሉ ብዙ ገንዘብ ያጠፋሉ። ለመተካት እንዲቻል ከውስጥ ከሆነ ከነባሩ መሪ ጋር አብሮ ለመሥራትና ለመለማመድ ይቀላል።
- የሠራተኞች ክህሎት ዓውቆ ጉድለቱን ለሟሟላት ይረዳል፣ ድርጅቶች የሠራተኞቻቸውን ድካም በደንብ ስለሚያውቁ ክህሎታቸውን የሚጨምር ሥልጠና መስጠት አይከብዳቸውም። የነበረውን መሪ ጉድለት ዐውቆ የተሻለ ሥልጠና ያገኘ ሰው ከተተካ ድርጅቱ የበለጠ ስኬታማ ይሆናል። በክፍሉ የሚታየውን ጉድለት ለሟሟላት እንዲቻል የተሻለ መሪ ለመጠቀምና ለመመደብ ይረዳል።

❖ የድርጅቱ ቀጣይነት የተረጋገጠ ይሆናል፣ ሥራው አይቋረጥም፣ እቅዱም አይተጓጎልም። ተተኪው ከሥልጠና በኃላየሚያረካ ሥራ ካልሠራ ለማረም ጊዜ ይኖራል። የሚታረምበትን መንገድ ለመቀየስም ጊዜ ይገኛል። በጊዜ የሚሰጠው እርምት ካልተደረገ ድርጅቱ ስኬታማ አይሆንም እንዲያውም ከኪሳራ የተነሳ ይዘጋል። ሠራተኞች የመተካካት እቅድ እንዳለ ቢያውቁ ለድርጅቱ ያላቸው ታማኝነት ይጨምራል።

የመሪዎች የመተካካት እቅድ ኃለፊነቱ የማን ነው?

የመሪዎች የመተካካት እቅድ ዝግጅት ኃላፊነቱ የድርጅቱ ዋና መሪዎች ነው። በተጨማሪም ይህንን ኃላፊነት ከሰው ኃይል ምልመላና የአቅም ግንባታ ክፍል የተቀናጀ መሆን ስላለበት የዚህ ክፍል ኃላፊዎችም የሚመለከታቸው ይሆናል። ከዚህም በተጨማሪ የየክፍሉ ኃላፊዎችና የመሪነት ሚና የሚጫወቱ ግለሰቦች ይህንን ኃላፊነት በተዋረድ ሊወጡ ይገባል። ይህንን በሚመለከት እንደሚከተለው በዝርዝር ይቀርባል።

የመተካካት እቅድ በላይ እንደተገለጸው በድርጅቱ የሠራተኞች የምልመላና የአቅም ግንባታ ክፍል ኃላፊነት ሥር ነው። አዳዲስ ሠራተኞች በድርጅቱ ሲቀጠሩ ለብዙ ጊዜ በሥራ ቦታ ሊቆዩ ይችላሉ የሚል ግምት የለም። ከዚህም የተነሳ ድርጅቱን የሚተው ሰዎችን የሚተኩ ሠራተኞች መቀጠር እንዳለባቸው በታሳቢነት በመውሰድ ለመመልመል፣ ለመቅጠርና ለማሳደግ እንዲቻል የሚደረግ ዝግጅት ያደርጋሉ። ይህ ሲሆን በተለይ በታላቅ ኃላፊነት የተሰማሩትን መሪዎች መተካት እንዳለባቸው በማሰብም ጭምር ነው። አንዳንድ ጊዜ መሪዎችን የሚተኩ ከድርጅቱ ውስጥ መልምሎ በማሳደግ ይሆናል። ይህ ሳይሆን ሲቀር ግን ከውጭ ተመልምለው ይቀጠራሉ። የትኛውም ዓይነት ይጠቀሙ ድርጅቶች ሁሉ መተካካትን በሚመለከት የሚከተሉትን ኃላፊነቶች ሊወጡ

ይገባል። ድርጅቱ ለወደፊቱ የሚያስፈልገውን የሰው ኃይል ገምግሞ የመተካካት እቅድ ማዘጋጀት ያስፈልጋቸዋል። ሰዎችን እንደ ችሎታቸውና አቅማቸው መጠን መመደብ ይኖርባቸዋል። ከምደባ በኃላ የሚታይ ክፍተት ካለ በሥልጠናም ይሁን በሌላ መንገድ ማሳደግና ለመተካካት መዘጋጀት አለባቸው።

የመተካካት እቅድ

የመተካካት እቅድ ማለት ሠራተኞች ቦታውን የሚለቅ ሰው ለመተካካት እንዲችሉ የሚደረግ የዝግጅትና የማሳደግ/የመገንባት ሂደት ነው። መሪዎች በተለያየ ምክንያት ሲለቁ ብቁ የሆኑ ሠራተኞች ሊተኳቸው እንዲችሉ የሚደረግ ዝግጅት ነው። ይህ ዝግጅት፣ ሰዎችን ለይቶ ማወቅ ብቻ ሳይሆን መሪዎቹ ሲሠሩ ለማየት እንዲችሉ፣ በቦታው ተተክተው ሊለማመዱ እንዲችሉ፣ የሚመክሩዋቸው የሚከታተልዋቸውና የሚያሰለጥኑዋቸው ሰዎች እንዲያገኙ ዕድል መስጠት መቻል ነው። የመተካካት እቅድ የመሪነት ቦታ ባዶ እንዳይሆን የሚደረግ ዝግጅት ነው። የሚጀምረው የሚተኩት መሪዎች ያላቸውን ችሎታና ሙያ በመገምገም አዲሶቹን መሪዎች ማሰልጠን መቻል ነው። ይህንን የሚያሟሉ ሰዎች ከድርጅቱ ወስጥ ከተገኙ፣ ተተኪዎች ከውስጥ ይመለመላሉ። ካልሆነ ግን ከውጭ ፈልጎ መቅጠር ያስፈልጋል። ከውስጥም ይሁን ከውጭ የሚመጡ ሰዎች በተቻለ መጠን ከሚተኩት ሰዎች ጋር አብረው ልምምድ ቢያደርጉ ይመረጣል። የመተካካት እቅድ ከየረጅም ጊዜ የድርጅቱ እቅድ ጋር የሚናበብ ቢሆን የተሻለ ነው።

የመተካካት ሂደትና ልምምድ

የመተካካት ሂደትና ልምምድ በብዙ ድርጅቶች የተለመደ የአመራር መንገድ እንደሆነ ይታወቃል። የሠራተኛ ግምገማ በሚደረግበት ወቅት ትጉና የተሻለ ክህሎት ያላቸው

ሠራተኞችን በመለየት መሪዎችን ሊተኩ እንዲችሉ ይታጫሉ። የድርጅቱ ኃላፊዎች የእነዚህን ሠራተኞች ስም ዝርዝር በመያዝ ሲፈለጉ በተገቢው ቦታ ያስቀምጡዋቸዋል። ተተኪ ሰዎች ክህሎታቸውን የሚመዝን መሣሪያ ወይም መገምገሚያ መንገድ በመጠቀም ድክመታቸውንና ጥንካሬያቸውን በማየት ሥልጠና ተሰጥቷቸው በመሪነት ቦታ ይመደባሉ።

ለመተካካት እንዲቻል መሪዎችን ማሳደግ ያስፈልጋል

ቁልፍ የሆኑ መሪዎች ሲለቁ ከቀሩት መሪዎች ቦታቸውን ለመተካት እንዲችሉ ምን ያህል ተዘጋጅተዋል? ይህንን ዝግጅት የሚጀመረው በየጊዜው የሠራተኞች የሥራ ግምገማ በማድረግ ይሆናል። አብዛኛዎቹ ስኬታማ ድርጅቶች መሪዎቻቸውን የሚተኩ መሪዎችን ማዘጋጀት ኃላፊነታቸው እንደሆነ ያውቃሉ። ሠራተኞችን ለመሪነት ማዘጋጀት እንዲቻል ሁለት ነገሮች ያስፈልጋሉ። ማቀድና ማሳደግ ናቸው። ለማቀድ እንዲቻል ከዚህ በታች ያሉቱን ሂደት ይከተላሉ።

- ኃላፊነት ለመቀበል የሚችሉ ሠራተኞችን በግምገማ ለይቶ ማወቅ
- ለድርጅቶች የሚያስፈልገው የመሪነት ዓይነትና ትኩረቱ (ባለአደራ፣ አገልጋይነት፣ አሳታፊነት፣ ወዘተ.) ለይቶ ማወቅ
- ተኪ መሪዎች የሚያስፈልጋቸውን ቦታና የሥራውን ዐይነት ማወቅ
- ተኪዎች ልምምድ የሚያገኙበት መንገድ መክፈት ምናልባትም የሚተኩ መሪዎች ዕረፍት መውሰድ ካለባቸው ዕረፍት ሰጥቶ ተኪዎቹ እንዲለማመዱ ማድረግ
- ምናልባት ብዙ ልምምድ የሚያስፈልጋቸው ከሆነ ልምምድ እንዲያደርጉ መርዳት

❖ በልምምድ ጊዜ እየተከታተሉ እርምት፣ ምክርና ስልጠና የሚሰጡ ሰዎችን ማዘጋጀት
❖ ዕንቅፋትና ግጭት ሲያጋጥም ችግሩን ለመፍታትና ግጭቱን ለማስተካከል መሞከር
❖ እነዚህ መሪዎች ከተፎካካሪ ድርጅት መሪዎች እንዲሁም የሠራተኛ ማሕበራት መሪዎች ጋር መደራደር እንዲለማመዱ ማገናኘት
❖ የትኛውንም የመሪነት ሁኔታ የማይቀበሉ ሰዎችን ለይቶ ጉድለታቸውን አውቀ ሊሻሻሉ እንዲችሉ መርዳት
❖ ሠልጣኞቹን በተለያዩ የሥራ ኃላፊነትና ቦታዎች በመመደብ ልምምድ እንዲኖራቸው ማድረግ
❖ ሠልጣኞቹን አዳዲስ አሠራርና የፈጠራ ችሎታ ሊኖራቸው እንዲችል ማበረታታት

መሪዎችን የምናፈራበት/የምናሳድግበት መንገድ የምንጠቀምበት ሁኔታ ከዚህ በታች የተዘረዘሩ የተለየዩ ግምቶችን በመወሰድ ነው።

1. ሰዎች በሕይወታቸው ዘመን በተለያየ የመሪነት ቦታና ሂደት ይሠለፋሉ። በሕብረተሰቡ በተሰጣቸው ኃላፊነት ውስጥ፣ በድርጅት፣ በበጎ ፈቃደኝነት በሚሰጡት አገልግሎት፣ በጉርብትና በሚጫወቱት ሚና፣ ከባለሙያዎች ማሕበር ጋር በሚኖራቸው ተሳትፎ ሁሉ ራሳቸውን በመስጠት ኃላፊነታቸውን ሲወጡ የመሪነት ሚና ይጫወታሉ። ይህ የመሪነት ሚና ሥርዓት ባለው ሁኔታ በሹመት፣ በምርጫና በመቀጠርም የሚወጡት ነው። በየትኛውም ሁኔታ ሁሉንም የመሪነት ሚና ይጫወታሉ።
2. በተለያየ ቦታና ሁኔታ የተለያየ አመራር ይጠቀማሉ። የአመራራቸው ስኬታማነት የሚወሰነው እንደየቦታው ነው። ስለዚህ በትናንሽ ድርጅቶች የተሰመሩ መሪዎችና

በትላልቅ ድርጅቶች የተሰማሩ መሪዎች የአመራራቸው ስኬት አንድ አየደለም፣ ባደጉ አገሮች የሚሰጥ አመራርና ባላደጉ አገሮች የሚሰጥ አመራር የተለያየ መሆን እንዳለበት ሁሉ የወጤቱ ግምገማ የሚካሄደውም በተለያየ መንገድ ነው። ስለዚህ በተለያየ ቦታና ሁኔታ የሚሰጥ የመሪዎች ማፍራትና ማሳደግ መንገድ የተለያየ ይሆናል።

3. መሪዎችን በማፍራትና በማሳደግ ሂደት ግለሰቡ የሚጫወተው ሚና ትልቅ ቦታ አለው። ሰዎች በተፈጥሯቸው፣ ከቤተሰቦቻቸውና ከጓደኞቻቸው የሚያገኙት የመሪነት ክህሎት እንዳለ ቢታወቅም ትልቅ ከሆኑ በኋላም በልምምድ፣ በትምህርትና በሥልጠና የሚጨምሩት የመሪነት ክህሎት ብዙ ነው። ስለዚህም ያላወቁት ሊያውቁ፣ ሲሳሳቱ ሊያርሙ፣ ያልለመዱትን እንዲለምዱ ዕድልና ጊዜ ቢሰጣቸው የመሪነት ክህሎታቸውን ሊያሻሽሉ ይችላሉ።

አንድ ድርጅት መሪዎችን ለማሳደግና ለማፍራት እንዲችል የተለያዩ መስፈርቶችና ሒደቶች ይጠቀማል። ከእነዚህም አስፈላጊ ሒደቶችና ተግባሮች ወስጥ፣

- መሪዎች ሊሆኑና ማደግ ያለባቸውን ሰዎች ለይቶ ማወቅ፣
- እነዚህ የሚመረጡበትን መንገድ መለየት፣
- ቅድመ ሁኔታ መለየት፣
- የፕሮግራሙን ደረጃ ማወቅ፣
- የትምህርት/የሥልጠና አሰጣጡን መንገድ መለየት፣
- ሥልጠናው እንደተካሄደ ስኬታማ መሆኑ የሚታወቅበትን መሥፍርት ማዘጋጀት፣
- ድጋፍ የሚያስፈልግ ከሆነ የሚሰጠውን ድጋፍ መለየት፣
- ስለሥልጠናው ሊያውቁ የሚገባቸው ሰዎችና ክፍሎች እንዲያውቁ መርዳት፣

ቀጣዩን ትውልድ መድረስ፣ ማሳደግና ኃላፊነት መስጠት

የድርጅቶቻችሁ ሠራተኞች የድርጅታችሁን የመተካካት እቅድ ምን እንደሆነ ቢጠየቁ ሊመልሱ ይችላሉ ወይ? ቀደም ብላችሁ ከነገራችኋቸው ሊመልሱ ይችላሉ። ይህንን ኃላፊነት የሚመለከት የሒሳብና ድርጅታዊ ክፍል በድርጅቱ ውስጥ ካለ ይህ ለሠራተኞች መነገሩን ያረጋግጣል። ስኬታማ የመተካካት እቅድ ለሠራተኞች ጠቃሚ ነው። ምክንያቱም ሠራተኞች በራሳቸው እንዲተማመኑና ለወደፊቱ የሚጫወቱትን ሚና ለማወቅ ይረዳቸዋል። መሪዎቹም ሆነ ሠራተኞች የድርጅቱን ዓላማ ለመፈጸም በተቀናጀ ደረጃ ለመሥራት ያዘጋጃቸዋል።

የመተካካት እቅድ ለወደፊቱ በየደረጃው የመሪነት ኃላፊነት የሚወጡትን ሰዎች ለይቶ ለማሳደግ የሚያስችል ስልት ነው። ሠራተኞች በፈቃዳቸው ከድርጅቱ ሲለቁ፣ በጡረታ ሲገለሉ፣ ሲታመሙ ሆነ ሲሞቱ በድርጅቱ የሚና ለውጥ አይቀሬ ነው። ይህንን ለውጥ ለማስተናገድ የመተካካት እቅድ ጠቃሚ ነው። የተለያየውን ኃላፊነት እንዲወጡ ሠራተኞች ብቃት እንዲኖራቸው መርዳት ተገቢ ይሆናል። ይህንን የመተካካት እቅድ ዝግጅት አብዛኛውን ጊዜ በድርጅቶች የሚዘነጋ ቢሆንም ድርጅቶቹ ኃላፊነቱን መወጣት ይኖርባቸዋል። ይህም ሲሆን ድርጅቱ ያላንዳች ዕንቅፋት ሥራውን ያከናውናል፣ ሠራተኞችም ለድርጅቱ ታማኞች በመሆን ይቀጥላሉ እንጂ አያቋርጡም።

የግል፣ የቤተሰብ ወይም አሁጉራዊ ሆነ ዓለምአቀፋዊ ድርጅት ቢኖር የመተካካት እቅድ ለማዘጋጀት የሚያስፈልጉ ሰባት ነጥቦች እንደሚከተለው ይቀርባሉ። የመተካካት እቅድን በሚመለከት ቅደመ ዝግጅት ማድረግ፣ አስተማማኝ መሪዎችን መልምሎ ለማሠልጠን ጊዜ ይጠይቃል። ስለዚህም በእቅድ ውስጥ ይህንን ለመጨመር መዘግየት የለባቸውም። በቅርቡ የሚተካ ሰው እንደሚኖር ባንገምትም፣ ተተኪ ቀደም ብሎ ማዘጋጀት ጥሩ ልምምድና የሚጠቅም ነው። ኣዕምሯችንን

ክፍት ማድረግ ይገባናል፣ አሁን ከሚመራ ሰው በታች ያለው የሚተካ ቢመስልም ተተኪው ከሌላ ክፍል ሊገኝ ስለሚችል ዝግ አዕምሮ ይዘን መጠበቅ አይኖርብንም። በየትኛውም ቦታ ሆነው የሚሠሩ ችሎታና ሙያው ያላቸው ሠራተኞችን በየጊዜው መቃኘት አስፈላጊ ነው። ራዕዩን ሁሉም ሰው እንዲያውቀው ማድረግ፣ በአስተዳደር ደረጃ ያሉት ሰዎች ስለ ድርጅቱ የፕሮግራም ስልት በሚያዘጋጁበት ወቅት የሚያስፈልገውን የመሪነት ክህሎት እንዲኖራቸውና የድርጅቱን ራዕይና ዓላማ እንዲያውቁ ማድረግ። የመተካካት እቅዳቸውን ለሰው ኃይልና ቅርስ የማስተባበር ክፍልና ለዳይሬክተሮች ማሰውቅ ያስፈልጋል።

በሥልጠና ያሉ ሠራተኞች የሚገባውን የግምገማ አስተያየት በየጊዜው መስጠት፣ አንድ ሠራተኛ ጥሩ አሠራር ያለው ዝግጅት ሲያቀርብ ማንነቱን ለይቶ መመዝገቡ የሚያዋጣ ነው። የትጉ ሠራተኞ ፋይል በሥርዓት መያዙ በሚፈለግበት ጊዜ መሪዎችን ለማሳመን የምንጠቀምበት ማሕደር ይሆናል። አንድ ክፍት የመሪነት ቦታ ሲኖር ዕድሉን ለእንደዚህ ዓይነት ሰዎች ለመስጠት ያመቻል። የሠራተኞች ግምገማ በሚካሄድበት ጊዜም በምን ዓይነት ኃላፊነት ማን እንዴት ሥራዉን እንደተወጣ ለማወቅ ይረዳል።

ለታታሪ ሠራተኞች የሚሰጥ ሥልጠና መኖር አለበት፣ ታታሪ ሠራተኞችን፣ እየተከታተሉ የሚያሠለጥኗቸው ሰዎች ማዘጋጀት፣ ሥልጠናና ሌሎች ባለሙያዎችን እያዩ ለመማር እንዲችሉ ዕድል መስጠት ክህሎታቸው እንደጨምር የሚረዳ እሴት ነው። ጥሩ መሪዎች በተክኒካዊ መንገድ ከሚሰጡ ሙያ ሌላ ከሰዎች ጋር በሚኖራቸው መግባባት የሚሠራ ጥቅም አለው። በተጨማሪም በቃልና በጽሑፍ የመግባባት የዲፕሎማሲ ችሎታቸው እንዲጨምር መርዳት አስፈላጊ ይሆናል።

የመተካካት እቅዱን በሥራ ለማዋል የልምምድ ጊዜ እንዲኖር ማድረግ፣ መሪዎች ዕረፍት ሲወስዱ ለመተካካት

ልምምድ አመቺ ጊዜ ነው፡፡ ሠራተኛው በልምምዱ ጊዜ ምን ያህል ኃላፊነት መወጣት እንደሚችል መፈተኛ ጊዜ ይሆናል፡፡ ታታሪና ምርታማ ከሆነ ሊተኩ ከሚገባቸው እጩዎች አንዱ ይሆናል፡፡

እቅዱ አዲስ ሠራተኛ ለመመልመልና ለመቅጠር ስልት ማካተት ይኖርበታል፣ የውስጥ ሠራተኞች በሥርዓት ታይተው በመተካካት እቅዱ መካተታቸው ከተረጋገጠ በኃላ የጎደለውን ለሟሟላት እንዲቻል ድርጅቱ አዳዲስ የሰው ኃይል እንዲቀጥር ይረዳል፡፡ የመተካካት እቅዱ ምን ዓይነት ሰው በምን ሙያ ምን ዓይነት ክህሎት ኖሮት ሊቀጠር ይችላል በማለት ዝግጅት ይደረጋል፡፡

ለድርጅቱ ለወደፊቱ የሚሆን የአመራርና የመሪዎች ዓይነት ማወቅና የመሪነት ክህሎትን ለመጨመር የሚያስችሉ ተግባራትን ለይቶ መረዳት የመሪነት መተካካት አንኳር ተግባር ነው፡፡ ምንም እንኳ መጪውን ጊዜ ምን እንደሚሆን ባይታወቅም በድርጅቱ መሪዎችን ለማፍራት ሆነ ብሎ ስኬታማ የመተካካት እቅድ ለማዘጋጀት እንዲቻል የሚከተሉን ነጥቦች መጠቀም ይቻላል፡፡

ዋና ዋና መሪዎችን ማሳተፍ፣ ዋና ሥራ ኣስኪያጆችና ሌሎችም መሪዎች ለመሪዎች አስቀድሞ ሊዘጋጅ የሚገባውን መሪዎችን የመገንባትና የመተካካት እቅድ እንዲያውቁና እንዲስማሙበት ማድረግ፡፡ እነዚህ መሪዎች ይህ መዘጋጀቱን መቆጣጠርና ማረጋገጥ ይኖርባቸዋል፡፡

የወደፊቱ መሪዎችን ቡድን ራዕይ ማስላት፣ የድርጅቱን መርሃ ግብር በሥራ ለማዋል እንዲቻል የሚያስፈልገውን የመሪነት ክህሎት ምን እንደሆነ መረዳት፡፡ ይህንን አውቆ ድርጅቱ ያሉት ሠራተኞች ለመሪነት ብቃት የሚሰጣቸው ምን እንደሆነ መገምገም፡፡

ለወደፊቱ የሚሆኑ መሪዎችን ማፍራት፣ ለወደፊቱ መሪዎች ሊሆኑ የሚችሉ ሰዎችን ለይቶ በማወቅ ለመሪነት

ብቃት የሚሰጣቸውን ትምህርት አውቆ ማዘጋጀትና ማካሄድ ያሻ።
የመሪነትን ክፍተት ለሚሟላት መፈለግ፣ አሁን በድርጅቱ ካሉት ሠራተኞች ውስጥ የመሪነት ኃላፊነት ሊረከቡ የሚችሉ ላይኖሩ ስለሚችሉ፣ ከውጭ ብቁ መሪዎችን መልምሎ በመቀጠር ከሌሎች መሪዎች ጋር ተቀናጅተው እንዲሠሩ ማድረግ ያስፈልጋል። የመሪዎች ምልመላና ግንባታ ሂደት መሻሻሉን ማረጋገጥና መቆጣጠር፣ እንደሌላ የአሠራር ሂደትም የመሪዎች ግንባታ ሂደት የማያቋርጥ ተግባር ነው። ስለዚህም የሚገባውን ጥናት እያካሄዱ የጎደለውን ለሚሟላት እንዲቻል ቀልጣፋና የተሻለ የመሪዎች ዕድገት ልምምድ እንዲካሄድ ማድረግ ተገቢ ነው።

ትክክለኛው ተተኪ ፈልጎ ማግኘት

በመሪነት ክፍት ቦታ ተተክቶ የሚሠራ ትክክለኛ ሰው ለማግኘት ትፈልጋላችሁ። ሀ/ የሚፈለገውን ሙያና ክህሎት በዝርዝር ማወቅ ያስፈልጋል። ለ/ በፊት በድርጅቱ ሲካሄድ የነበረ የመሪነት ችሎታ እንዳይጠፋ ክትትል እንዲደረግ ማድረግ ተገቢ ነው። ሐ/ በጡረታ የሚገለሉ ሰዎች ይኖሩ እንደሆን በጥናት መለየትና የሚከተሉትን እርምጃዎች መውሰድ ይኖርብናል። መ/ ወሳኝ የሆኑ ቦታዎች ላይ በቂ ክህሎት ያላቸው ሰዎች በጡረታ የሚገለሉ ከሆነ ለይቶ ማወቅ፣ ሠ/ ተለይቶ ለታወቀው ቦታ ተክተው የሚመሩ ክህሎት ያላቸውን ሰዎች መመልመል ከመተካካቱ የተነሳ ሊኖር የሚችል የመሪነት ችሎታ፣ ሞያና ልምምድ በመተካካቱ ወቅት ለማሸጋገር እንዲቻል መዘጋጀት፣ ረ/ በሚተካው ሰዉ ቦታ ይታይ የነበረ በጎና ስኬታማ የመሪነት ውጤት ለይቶ ማወቅ፣ ሰ/ ተተኪዎች ቦታውን ሲረከቡ የሚያስፈልጋቸውን ክህሎት እንዲያገኙ የሚደረግ ሥልጠናም ይሁን ልምምድ እንዲያገኙ ማዘጋጀት፣ ቀ/ ሂደት በሥራ እንዲተረጎም መንገድ መቀየስ ያስፈልጋል።

ስኬታማ የመሪዎች የመተካካት እቅድ እንዳይኖር ተግዳሮቶች ምንድን ናቸው?

የመሪዎች የመተካካት እቅድ ብዙ ድርጅቶች ቅድሚያ የሚሰጡት ተግባር አይደለም። ለዚህም ከዋና ምክንያቶች ጥቂቶቹን ብንጠቅስ፣ ትናንሽ ድርጅቶች ጥቂት ሠራተኞች ስለሚኖራቸው አስፈላጊነቱ በወቅቱ አይታያቸውም። ታላላቅ ድርጅቶች ደግሞ ድርጅቶቻቸው የተለያዩ ችግሮች ስለሚያጋጥሟቸው እነዚህ ችግሮችን ለመፍታት ቅድሚያ ለመስጠት እንዲችሉ ስለመተካካት ለማሰብም ሆነ አንስቶ ለመወያየት ጊዜ አይኖራቸውም። አንዳንድ ጊዜም መሪዎች ራሳቸውም ሆነ ሌሎች ከተተኩ ጥቅማቸው የሚጎድልባቸው እንደሆነ ከማሰብ የተነሳ የመተካካት ሂደትን ይቃወማሉ። ከዚህም የተነሳ አብዛኛውን ጊዜ የመተካካት ተግባራት የሚፈጸሙት በእቅድ ሳይሆን በጥድፊያና በድንገት ይሆናል። ይህም በድርጅቱ አሠራር ላይ ትልቅ አሉታዊ ተጽዕኖ ይኖረዋል።

የመተካካት እቅድ ከተግዳሮቶች ጥቂቶቹ ቢጠቀሱ የሚከተሉት ናቸው። አንድ አንድ ድርጅቶች ትናንሽ ከመሆናቸው የተነሳ ብዙ ሠራተኞች የላቸውም። ከዚህም የተነሳ ሠራተኞቻቸውን ለማሳደግ አይፈልጉም። ስለዚህም በቂ ክህሎት ያላቸው ሠራተኞች ድርጅቱን ትተው ወደ ትላልቅ ድርጅቶች ይሄዳሉ። በቂ ገንዘብ ስለሌላቸው፣ ሠራተኞች የተሻለ ደመወዝና ጥቅማጥቅም ለማግኘት ወደ ሌሎች ድርጅቶች ይሄዳሉ። አንዳንድ ድርጅቶች ሠራተኞቻቸውን የሚቀጥሩ ከፕሮጀክት ጋር በተያያዘ ሁኔታ ስለሆነ ፕሮጀክቱ ሲያልቅ የሠለጠኑ ሠራተኞች ወደ ሌላ ቦታ ይሄዳሉ። አንዳንድ ጊዜ በመሪነት የተቀመጡ ሰዎች፣ ድርጅቱ ለውጥ የሚያስፈልገው እንደሆነ ቢታወቅም ለድርጅቱ የሚመጥን ክህሎት ባይኖራቸውም ቦታውን ይዘው ለብዙ ጊዜ ይቆያሉ። ክህሎታቸውና በድርጅቱ ውስጥ ለመቆየት ያላቸው ፍላጎት

ሳይታወቅ በመተካካት እቅድ ፕሮግራም መጨመር አደገኛ ሊሆን ስለሚችል። ምንም ስልጠናም ይሁን ልምምድ ሳያገኙ በመተካካት ከፍ ያለ የኃላፊነት ቦታ ሲቀመጡ ችሎታ ስሌሌላቸው የሚመጣ ሰበብ አለ። ጊዜውን ጠብቆ የሚተኩ ሰዎች ሳያሰለጥኑና ሳያሰልፉ ነባር መሪዎች ድንገት ሥራውን ወይም ኃላፊነቱን ለቀው ሲሔዱ።
የመተካካት እቅድን በሚመለከት ለሠራተኞች በጊዜው ሳይተላለፍ ሲቀር። ሠራተኞች ስለድርጅቱ የመተካካት እቅድ ካለማወቃቸው የተነሳ ግራ ሲጋቡ። ተተኪ ሠራተኞች የመተኪያ ሁኔታቸውንና ጊዜውን ካለማወቃቸው የተነሳ ዋስትና እንደሌላቸው ሲገምቱ።

የመተካካት እቅድ መርሃ ግብር

ከድርጅቱ ዓላማና መርሃግብር የሚቀናጅ መሪዎች ለማዳበርና ለማዘጋጀት የሚያስችል የመተካካት መርሃ ግብር እንዴት ልናዘጋጅ እንችላለን? የድርጅቱ ዋና ሥራ አስኪያጅ በድንገት በሞት፣ ወይም በተለያዩ ምክንያቶች ከሥራ ቢለቅ ኃላፊነቱን ተረክቦ ሥራውን ለማስኬድ እንዲቻል የሚወሰዱ እርምጃዎችን ማወቅ አስፈላጊ ነው። ነባር መሪዎችን የሚተኩ የተዘጋጁ ወጣት ትውልድ መሪዎች ይኖሩን ይሆን? ካልሆነ ድንገት ብቃት የሌላቸው መሪዎች ኃላፊነቱን እንዲወስዱ ይደረግና ሥራው ቀጣይነት እንዳይኖረው ልናደርግ እንችላለን። ይህ አደጋ እንዲያደርስ የችግሩ መፍትሔ ሊሆን የሚችል መሪዎችን የመመልመል፣ የማሳደግ፣ የማፍራትና የማስልጠን ተግባር ያካተተ የመተካካት እቅድና መርሃ ግብር ማዘጋጀት አስፈላጊ ነው። ጥናት እንደሚያሳየው የሚተኩ ሰዎች ከውስጥ ቢሆኑ ከስልሳ በመቶ በላይ መተካካቱ ስኬት እንዳለው ያመለክታል። በእርግጥ ብዙ ድርጅቶች የመተካካት እቅድ በመርሃ ግብር እቅዳቸው እነድሚያካትቱ የታወቀ ነው። ሆኖም እቅዱን በሥራ መተርጎም ላይ ድርጅቶቹ ዘገምተኞች ይሆናሉ።

ድርጅቶች የመተካካት እቅድ በሚያዘጋጁበት ጊዜ የሚከተሉትን እውነቶች ማካተት ይኖርባቸዋል።

- ❖ እምቅ ክህሎት ያላቸውን የድርጅቱን ሠራተኞች ብቻ በታሳቢነት በመውሰድ ወይም ሁሉንም ሠራተኛ የሚያካትት፣አንዳንድ ድርጅቶች በድርጅቱ ውስጥ ያሉትን ክህሎት ያላቸውን ሠራተኞች ብቻ በማሰብ የመተካካት እቅዳቸውን ያዘጋጃሉ። የሚሰጠው ሥልጠናም ሆነ በጀት በእነርሱ የተወሰነ ይሆናል። ሆኖም ሌሎች ሠራተኞች ችላ መባላቸው ሲታወቅ በድርጅቱ ያላቸውን እምነት ይቀንሳል። ከዚህም የተነሳ ሥራውን ለቀው የሚወጡ ሠራተኞች ቁጥር የበዛ ይሆናል። ስለዚህ ብዙ ድርጅቶች ሠራተኞች በሙሉ ሥራ ከጀመሩበት ጀምሮ በመተካካት እቅድ ይካተታሉ። ይህም ለድርጅቶቹ ስኬታማነት አስተዋጽኦ እንደሚያደርግ ጥናት ያሳያል።
- ❖ ከውስጥ ወይም ከውጭ መልምሎ ተኪውን መቅጠር፣ በመተካካት እቅድ የውስጥ ሠራተኞች በታሳቢነት በመውስድ የሚሰጥ ሥልጠናና የመተካካት ፕሮግራም ከውጭ አዳዲስ ከመቅጠር ይልቅ የተሻለ እንደሆነ ጥናት ይደግፋል። አማራጭ ከሌለ ግን ከውጭ ለመተካት እንዲቻል መቅጠር አስፈላጊ ይሆናል። ድርጅቱም ይሁን ሥራን እስኪለምዱ ድረስ ጊዜ ሊወስድ ይችላል። ለድርጅቱ ያላቸው ታማኝነትም ያነሰ ሊሆን ይችላል። ሆነ ብሎ የመተካካት እቅድ ማዘጋጀት ግን የተሻለ ነው።
- ❖ የሠራተኛው የጾታ፣ የቀለም፣ የብሔር ስብጥር ባካተተ መልክ ውሳኔ ማድረግ፣ መሪዎች አብዛኛውን ጊዜ የሚመስላቸውን ሰው መልምለው ለማስልጠንና ለመተካት ይፈልጋሉ። ይህ ድርጊት የሠራተኛዉን ስብጥር በታሳቢነት ያልወሰደ ስለሚሆን ከመሪዎች ስብጥር አስፈላጊነት አንጻር ድርጅቱ ስኬታማ ላይሆን ይችላል። ስለዚህ መተካካትን በሚመለከት የጾታ፣ የቀለም፣ የብሄር ወዘተ ስብጥር የሚያካትት መሆን አለበት።

- የበላይ ባለሥልጣናት ድጋፍ መኖሩን ማረጋገጥ፣ የአቅም ግንባታ ክፍል መተካካትን በሚመለከት ኃላፊነት እንዳለው የታወቀ ቢሆንም ኃላፊነቱን በሥርዓት ለመወጣት እንዲቻል የዳይሬክተሩና የሌሎች መሪዎች ትብብር መኖሩን ማረጋገጥ አስፈላጊ ነው።
- ነባር መሪዎች የሚተኳቸውን ሰዎች እንዲመለምሉና እንዲያዘጋጁ ማድረግ፣ ነባር መሪዎች በአጠቃላይ እቅደቸው ሊተኳቸው ይችላሉ የሚልዋቸውን ሰዎች መመልመል፣ ማስልጠንና መመሪያ መስጠት ይገባል። በእንደዚህ አይነት አካሄድ ግራ መጋባትና ክፍተት አይኖርም። የሚያስፈልግ ልምምድም ለመስጠት የሚቻልበት ዕድል ይኖራል።
- የሚተካበት ቦታ የሚያስፈልገው ክህሎት፣ ሥልጠና፣ ልምምድ፣ ኃላፊነት የመሳሰሉትን ለይቶ ማወቅ መቻል፣ እንዲህ ዓይነት ዝግጅት ተኪዎች ኃላፊነታቸውን በዝርዝር ለማወቅ እንዲችሉና የሚያስፈልጋቸውም ሥልጠናም ሆነ ሌላ ዝግጅት ሊያደርጉ እንዲችል ይረዳቸዋል።
- የድርጅቱን የወደፊት አቅጣጫ ማወቅ መቻል፣ ከዚህም የተነሳ ተኪዎቹ ሊያሟሉት የሚገቡ ችሎታዎችን ለማካተት እንዲችሉ ይረዳቸዋል። ድርጅቱ የት እንደሚደርስ፣ ምን ለመሥራት እንዳሰበ፣ የሚሰፋበት አቅጣጫ ቀደም ብሎ ከታወቀ የመተካካት እቅዱ በዚያ አንጻር እንዲሟላ ይደረጋል።
- የሠራተኞች ክህሎትና ሊሠሩት የሚገባ ጉዳይ ክፍተት ካለ እርሱን ለሟሟላት መቻል፣ ክፍተቱ ከታወቀ ክፍተቱን ለማሟላት እንዲቻል የመተካካት እቅዱን ለማዘጋጀት ይቻላል።
- የሠራተኞች የወደፊት እቅድ፣ ምኞት፣ ፍላጎትና የእድገት እቅድ ለማወቅ መሞከር፣ ሠራተኞቹ ገና ሲቀጠሩ ለወደፊት ሊሆኑ የሚፈልጉት፣ የእድገታቸው እቅድና ሊወስዱት የሚገባ ስልጠና ማወቅ መቻል ተገቢ ነው። ይህ

ዝግጅት የመተካካት ጊዜ ሲመጣ ሂደቱን ሊያቀላጥፍ ይረዳል።

- ❖ የመተካካት እቅድ እንቅፋቶችን ለይቶ ለመገመት መቻል፣ ግምገማ ከተደረገ በኋላመተካካቱ እንዳይሳካ የሚያደርጉ ሁኔታዎችን አውቆ ማስወገድ ያስፈልጋል።
- ❖ እቅዱን በሥራ ለማዋል ዓይን ከፍቶ የወደፊቱን ለማወቅ መቻል፣ ተኪ ሠራተኞች ያሉበትን ሁኔታ፣ የሚያስፈልጋቸውን ስልጠና መውሰዳቸውን አረጋግጦ የመተካካቱን ኃላፊነት መወጣት መቻል።
- ❖ አጠቃላይ የድርጅቱን ገጽታና መርሃግብር መቃኘት፣ በየጊዜው የድርጅቱን ጊዜያዊ ሁኔታ እየገመገሙ የግምገማውን ውጤት በሥርዓት ማስቀመጥ ያስፈልጋል።

ስለ መሪነት መተካካት ከሙሴ የምናገኘው ትምህርት

የመሪዎች መተካካት ሂደት ውስብስብና ትልቅ ጥንቃቄ የሚጠይቅ ነው። ግራ የሚያጋባ ስሜትን የሚነካና የሚያስፈራ ሲሆን የራስን ማንነት፣ ሌጋሲና/አሻራና/ ሞራል በሚመለከት ጥያቄ እንዲነሳም የሚያደርግ ነው። መጽሐፍ ቅዱስ ስለ መሪዎች መተካካት የሚሰጠው ጥልቅና ሰፋ ያለ የመመሪያ አስተሳሰብ አለው። የቆየ ጥሩ ምሳሌ የሚገኘው በሙሴና በኢያሱ የተካሄደው የመተካካት ሥርዓት ነው። ሙሴን የሚተካ ይኖራል ተብሎ አልተገመተም። እሥራኤላዊያንን ከግብፅ ለማውጣት እንዲችል ከእግዚአብሔር ጥሪ የተቀበለ ሰው ነው። በዓለም ሁሉ ገናና የነበረውን የግብፅን ንጉሥ ፈርኦንን የተግደራደረ ሰው ነው። ከእግዚአብሔር አሥርቱ ትእዛዛት የያዘውን ፅላት በሲና ተራራ ተቀበለ። ከእግዚአብሔር ጋር ፊት ለፊት ተገናኝቶ የተነጋገረ ነበር። ይህም ሆኖ ስለመተካካት አስፈላጊነት አበክሮ የተረዳ ነበር። በዘኍልቁ ውስጥ በቀጥታ አስፈላጊነቱን በግልጽ ያስቀምጣል። እግዚአብሔርንም እንዲህ ብሎ ይጠይቃል፣

"የእግዚአብሔር ማኅበር እረኛ እንደሌለው መንጋ እንዳይሆን፣ በፊታቸው የሚወጣውን በፊታቸውም የሚገባውን የሚያስወጣቸውንም የሚያስገባቸውንም ሰው የሥጋ ሁሉ መንፈስ አምላክ እግዚአብሔር በማኅበሩ ላይ ይሹመው።" (ዘኁልቁ 27:16-17)
እግዚአብሔርም ሙሴን እያሱ እንዲተካዉ፣ በሕዝቡም ፊት እንዲሾመው፣ እንዲቀባው አዘዘው። ይህም አሠራር ትክክለኛ ነበር ሕዝቡ እያሱን ተቀበሉት እርሱም ሙሴን ተክቶ አስገራሚ መሪ ሆነላቸው።

ይህ የመተካካት ሂደት እንዴት ስኬታማ ሊሆን ቻለ? ከዚህስ ሂደት ምን እንማራለን?

ሙሴ የመተካካቱን እቅድ ጠንሳሽ ሆነ፣ ሙሴ አንድ ቀን እንደሚሞት ይህ የመሪነቱን ቦታ ትቶት እንደሚሄድ የተረዳ አስተዋይ መሪ ነበር። ስለዚህም እሥራኤላዊያን የተሰፋውን አገር መውረስ እንዳለባቸው በማመን ሊወርሱ እንዲችሉ የሚተካው መሪ አስፈለገው። የሕይወቱ ተልዕኮ መሳካቱ የሚረጋገጥ የሚተካው መሪ ቢገኝ እንደሆነ ተረዳ። ብዙ ጊዜ መሪዎች እንዲህ ዓይነት አስተሳሰብ ይቃወማሉ ወይም በሥራ ተተርጉሞ ለማየት ይዘገያሉ። ይህም የሚሆንበት ምክንያት እንደሚሞቱ የሚያስታውሳቸው ስለሆነ አይፈልጉትም። የማይቀርና የሚያስፈራ ቢመስልም መጋፈጡ ይሻላል። ሙሴ ግን ተቃራኒውን ማድረግ መረጠ፣ በሽታ፣ እርጅናና ሞት አይቀሬ ነውና እኛም የእርሱን ፈለግ በመከተል የሚተኩንን ሰዎችን ማዘጋጀት አለብን።

ሙሴ የእግዚአብሔርን ምሪት ፈለገ፣ ሙሴ ለብቻው የሚተካውን ሰው ለመምረጥ አልፈለገም። ወደ እግዚአብሔር ተመለሰ፣ የእግዚአብሔርን ጥበብ አደመጠ። በተልዕኮ ላይ የመተካካት ኃላፊነት ተገቢ ቦታ እንዳለው ተመለከተ። ሰዎች ጠባቂ እንደሌላቸው በጎች መሆን እንደሌለባቸው ተረዳ። ስለዚህም ታማኝ ከሆነው አምላኩ ምክር ፈለገ። ጥሩ መሪ

ለሁሉ ዓይነት ጥያቄ መልስ ሊኖረው እንደማይችል የተረዳ ነው። የሌሎችን ምክር በተለይ እግዚአብሔርን ማድመጥ ተገቢ ነው። ከብዙ ሰዎች ትምህርት የሚያገኝ መሪ ጥበበኛ ነው።

ሙሴ ውሳኔውን ለሕዝቡ ግልጽ አደረገላቸው፣ የብሉይ ኪዳን ትምህርት የሚከተሉ፣ በባሕላቸው በመጽሐፍ ቅዱስ ላይ የማያስፈልግ ቃል አይጨመርም እንዲሉ፣ ከቃሉ ብዙ ትምህርት ሊገኝ እንደሚቻል ያሳያል። ለዚህም ይሆናል በመጨራሻ

"ሙሴም እግዚአብሔር እንዳዘዘው ኢያሱንም ወስዶ በካህኑ በአልዓዛርና በማኅበሩ ሁሉ ፊት አቆመው፣እግዚአብሔርም እንደ ተናገረ፣ እጁን በላዩ ጫነበት፣አዘዘውም ቀባውም/ሾመውም።" (ዘኁልቅ 27:22-23)

ሙሴ ኢያሱን በማሕበሩ ሁሉ ፊት ሾመው። ኢያሱ በእግዚአብሔርና በሙሴ እንደተሾመ ሕዝቡ ሁሉ አወቁ። ሙሴ ኢያሱን ባረከ፣ ሙሴ የመሪነቱን ወንበርና ቁልፍ ለኢያሱ አስረክቦ ብቻ አልሄደም። በኢያሱ ራስ ላይ እጁን ጫነ። የስልጣንና የምክር ቃል ለልቡና ለጆሮው ተናገረ። ባረከውም። በረከት የተቀበለው መመሪያ የሚያሳይ ማሕደር ከመሆኑም ሌላ፣ ሥልጣን የመቀበያ ማስረጃ ነው። ባርኮቱ ኢያሱ በራሱ ሊተማመን እንዲችል የሚረዳ ቃል ነው። በረከት ከእጅ መጨባበጥ ያለፈ የመተማመኛ ምልክት ነው።

ምዕራፍ 5
ተተኪ መሪዎችን ማፍራት/ማሳደግ በቤተክርስቲያን

በቤተክርስቲያን ሊካሄድ የሚገባው የለውጥ ምክንያቶች

የአጥቢያ ቤተክርስቲያን መጋቢ የጡረታ ጊዜ ቢደርስም በጊዜው ቦታ ለቆ ለመሄድ የማይፈልግበት ምክንያቶች አሉ። እነዚህም፣ ከቤተክርስቲያን ጋር ባላቸው የጠበቅ ግኑኝነት ጀምሮ ስልጣናቸውን ለሌላ አሳልፈው ለመስጠት አለመፈልግ ሊሆን ይችላል። በተጨማሪም ያገኙት የነበረዉ የገንዘብ ጥቅማ ጥቅም እንዳይቀርባቸው ከማሰብ የተነሳ ሊሆን ይችላል። በተለይ የመጨረሻው ምክንያት አስተማማኝ ምክንያት ሊሆን ይችላል፣ ምክንያቱም ሲያገለግሉት የነበረው ቤተክርስቲያን ጥቂት ምዕመናን ከመሆናቸው የተነሳ ደሞዛቸው አነስተኛም ከመሆኑም በተጨማሪ የጡረታ ገንዘብ ሳይጠራቅምላቸው ይቀራል። ከዚህም የተነሳ በሽምግልና ጊዜያቸው የሚኖር ዋስትና ስለማይኖራቸው፣ ቢደክሙም ለሚሰጣቸው ትንሽ ክፍያ ሲሉ አገልግሎታቸውን መቀጠል ይፈልጋሉ። ስለመተካካት ማሰብም አይሆንላቸውም። ስለዚህ ትናንሽ ቤተክርስቲያን ባለበት ስልታዊ እቅዳቸው ይህን በታሳቢነት የሚያካትት መሆን አለበት። አለበለዚያ ስለመተካካት ለማሰብ አይቻልም። ምዕመናን የነበረው አገልጋያቸው ጡረታ መውጣት እንዳለበትና ለውጥ ለማየት የሚፈልግ ቢሆንም ይህንን በሥራ ሊውል እንዲችል ቅድመ ዝግጅት ከበጀትም አንጻር ሳይዘጋጁ ይቀራሉ።

የነበረው መጋቢ ቀደም ብሎ ከአንድ እስከ ሁለት ዓመት ባላነሰ ጊዜ ጡረታ እንደሚወጣ ቢያሳውቅ፣ ቤተክርስቲያኒትዋ የሚተካውን ሰው ለማግኘት ጊዜ ይኖራታል። በሽግግሩም ጊዜ ለአጭር ጊዜም ቢሆን አዲሱን መጋቢ ምዕመናን እስኪያውቁት ድረስ ሊያለማምደው ይችላል። ጡረታ የወጣው መጋቢ፣

ረዳት፣ አሰልጣኝ፣ በተለያዩ ቦታዎች አስተማሪ ወይም መጽሓፍ በመጻፍና የትምህርት ዝግጅት ጽሑፍ በማዘጋጀት ሊያገለግል ይችል ይሆናል።

በቤተክርስቲያን የሚካሄዱ አራቱ ዓይነት የመተካካት መንገዶች

በቤተክርስቲያን የሚከተሉት ልምምዶች ተከሒደው ከሆነ የመተካካት ልምምድ እንደተካሄደ ያሳያል፣ አንድ የቤተክርስቲያን አባል ወይም መሪ በብሳ ፈቃደኝነት በሌላ ቦታ አገግሎ ያውቃል ወይ? በአጥቢያ ቤተክርስቲያኑ ውስጥ ከሌላ ቤተክርስቲያን ለጊዜው እንዲያገለግል ተፈቅዶለት ያውቃል ወይ? አንዱ አገልጋይ በፊት ያገለግለበት ቦታ ከፍ ያለ ኃላፊነት ተሰጥቶት አገልግሎ ያውቃል ወይ? ካሁን በፊት በአገልግሎት የነበረ ሰው በጡረታ ተገልሎ ያውቃል ወይ? እነዚህ አራቱን ጥያቄዎች በአዎንታ ከመለስን አጥቢያ ቤተክርስቲያንዋ በመተካካት ልምምድ አልፋለች ልንል እንችላለን። ብዙ አይነት የመተካካት መንገዶች እንዳሉ ቢታወቅም የሚከተሉት አራት መንገዶች ባጭሩ ይገለጻሉ።

<u>ድንገት የሚደረግ የመተካካት ሂደት</u>

ሳይታሰብ ድንገት የመተካካት ሂደት የሚኖረው መሪዉ ሳይታሰብ በድንገት ሲለቅ ይሆናል። እንዲህ ዓይነቱ ድንገተኛ መተካካት የሚያስፈልገው በአደጋ ወይም በሌላ ምክንያት መሪው መተካት ሲኖርበት የሚደረግ መተካካት ነው። በዚህ ጊዜ ድርጅቱ ያለመሪ ሊቀጥል ስለማይችል የሚተካ ጊዜያዊም ይሁን ዘላቂ እንዲኖር ግድ ነው።

<u>ነባር መሪው ኃላፊነቱን የሚያቆምበት ጊዜ ሲታወቅ የሚካሄድ መተካካት</u>

አንድ መሪ ኃላፊነቱን የሚያቆምበት ጊዜ ታውቆ የመተካካት ሂደት ሲደረግ፣ እንደ ምሳሌ አድርገን

የምንወስደው መሪው በጡረታ የሚገለልበት ጊዜ ሲታወቅ የሚደረግ ሊሆን ይችላል። አንድ የሕፃናት ሰንበት አስተማሪ ዕረፍት ለመውሰድ ቢፈልግ፣ የሚወስድበት ጊዜ ከታወቀ እርሱን ለመተካት የሚደረገው ሂደት ሌላው ምሳሌ ነው። ዋናው ዓላማው የተተኪው ሙያ፣ ሥልጣን፣ ልምምድ ድርጅቱ ሊያገኝ እንዲችል የሚደረገው የባለሙያ ፍለጋ፣ ምልመላ ካስፈለገም ዝግጅት ጊዜ በታሳቢነት ሲወሰድ ነው።

<u>ለአጭር ጊዜ የሚሆን የመተካካት ሂደት</u>

ይህ የመተካካት ጊዜ መሪው ለአጭር ጊዜ ከሥራ ቦታ የማይገኝበት ጊዜ ሊሆን ይችላል። ጥሩ ምሳሌ የሚሆነን የወሊድ ዕረፍት፣ የአጭር ጊዜ ዕረፍት ሲወሰድ፣ ሆን ተብሎ የሚተካ ሰው ተመልምሎ ቦታውን ለተወሰነ ጊዜ ለመሸፈን የሚደረግ መተካካት ነው። ሰውየውን ለዘላቂነት የሚተካበት ጊዜ መሆኑ ቀርቶ ለአጭር ጊዜ ተተክቶ ጊዜው ሲያልቅ ነባሩ መሪ እቦታው ተመልሶ ለመቀመጥ የሚችልበት ሁኔታ ነው።

<u>ነባር ከፍ ባለ ሥልጣን ያለ ሰው የሚተካበት ሂደት</u>

ባለሥልጣን ድንገትም ይሁን ታስቦበት መተካት ሲኖርበት የሚካሄድ የመተካካት ሁኔታ ነው። በዚህ ጊዜ ሽግግሩ ሥርዓት ሊኖረው እንዲችል የሚረዳ መተካካት ነው። ይህ የቤተክርስቲያኑ አገልግሎት ሳይተጓጎል በሥርዓት መሪነቱን ለመወጣት የሚያስችል የመተካካት ሂደት ነው። ይህ የመተካካት ጊዜ ከስልታዊ እቅድ ጋር የሚቀናጅ መተካካ ሊሆን ይችላል።

<u>መተካካት በሁሉ ደረጃ ሲካሄድ</u>

መተካካት ምን ጊዜም ቢሆን በየትኛውም ደረጃ በየትኛውም ሁኔታ ሊኖር እንደሚችል ታውቆ ሆን ተብሎ በስልታዊ እቅድ መካተት ይኖርበታል። ይህ በመሪዎችም ይሁን በአጠቃላይ ምዕመናን መሐል ውይይት ተደርጎ

በስምምነት የሚካሄድበት መንገድ መፈጠር አለበት። አማራጭ ከሌለ እንደ አመጣጡ የመተካካት ሂደት በቤተክርስቲያኑ በሥራ ማዋል ግዴታና አይቀሬ ነው።

የቤተክርስቲያን መሪነት ስኬት የሚለካው መሪዎች የአገልግሎታቸውን መልካም ፍሬ በሌላው ምዕመን ሕይወት ለማየት ሲችሉ ነው። ፍሬያማ መሪነት ዋና ትኩረቱ መሪዎች መሪዎችን ለማፍራት የሚያስችላቸው ሁኔታ ሲፈጥሩ ነው። መሪዎች ተተኪ መሪዎችን ለማዘጋጀት ካልቻሉ ስኬታማ መሪዎች አይደሉም። ይህ አባባል በቤተክርስቲያን በተለመደው ቋንቋ ደቀመዝሙር ማፍራት መቻል ነው። አብዛኛው የአጥቢያ ቤተክርስቲያን መጋቢዎች ሌሎች የሚተኳቸውን መሪዎች አዘጋጅተው እንደሚያልፉና ጊዚያዊ መጋቢዎች እንደሆኑ ይቆጥራሉ። ሆኖም የሚተኩ መሪዎችን ማፍራት መባዛትም እንደሆነ መዘንጋት የለብንም። በመጋቢነት፣ በትምህርት ክፍል፣ በቦርድ፣ በድቁና፣ በሴቶች ሥራ፣ በወጣቶች ሥራ እንዲሁም በተለያየ አገልግሎት በመሪነት የተቀመጡ መሪዎች እያንዳንዳቸው የሚተኳቸውን መሪዎች ለማዘጋጀት እስካልቻሉ ድረስ ስኬታማ መሪዎች እንደሆኑ ሊቆጥሩ አይችሉም።

ተተኪ መሪዎችን ማፍራት/ማሰደግ የቤተክርስቲያን አማረጭ የሌለው ዋና ኃላፊነትዋ ነው። በቤተክርስቲያን ውስጥ ያሉ ግለሰቦች፣ ቡድኖቹም ሆኖ አጠቃላይ አገልጋዮች ሌሎች አገልጋዮችን በማፍራት የሚተኳቸውን፣ የሚረዷቸውንና ራሳቸው ሊደርሱበት የማይችሉትን ሕብረተሰብም ሆነ ቦታ እንዲደርሱ ማዘጋጀትና ማስታጠቅ በየእለቱ ሊወጡት የሚገባ ጥሪ፣ ሽክምና ትኩረት የሚሰጡት አገልግሎት ሊሆን ይገባል። ይህን ሁኔታ እንዲከሰት ከሚያመለክቱ የቤተክርስቲያን አገልግሎት መግለጫዎች ውስጥ ጥቂቶችን ብንጠቅስ፣ የታላቁ ተልዕኮ ማዳረስ፣ የቤተክርስቲያን አካልነት መግለጫ፣ የደቀመዘሙርት ማፍራት፣ የእረኝነት ተግባር፣ የባለአደራነት ባሕሪና የዘልዓለማዊነት ገጽታ ጥቂቶቹ ናቸው። እነዚህ

መግለጫዎች ተራ በተራ ባጭሩ በመግለጽ ምን ያህል ተተኪ መሪዎችን ማፍራት/ማሳደግ ከስኬታማ ቤተክርስቲያን መንፈስ ጋር እንደሚያያዝ ለማሳየት በዚህ ክፍል ለማቅረብ እሞክራለሁ፡፡

መተካካት በቤተክርስቲያን ውስጥ በአመራር ሥርዓትዋ ምን ሊመስል ይችላል? በቤተክርስቲያን ውስጥ የመሪዎች መተካካት አብዛኛውን ጊዜ ትርጉም የሚሰጠው መሪውን የሚተኩ መሪዎችን ማፍራት ተደርጎ ይወሰዳል፡፡ ሆኖም በቤተክርስቲያን ውስጥ እንዲህ ዓይነት ትርጉም ብቻ እንደሚይዝ መቆጠር የለበትም፡፡ የመሪዎች መብዛት አስፈላጊነት ከቤተክርስቲያ አገልግሎት በመጠን፣ በይዘትና በቦታ መስፋፋት የተነሳ እንደሚመጣ ማስተዋል አስፈላጊ ነው፡፡ አጥቢያ ቤተክርስቲያኒትዎም በማደግ ላይ እንዳለች የሚያመለክት ነው፡፡ መሪዎች የሚደርሱበት ቦታ፣ የሕዝብ መጠንና ዓይነት ባሰቡ ቁጥር ለመድረስ እንዲችሉ መሪዎችን ማብዛት እንደሚያስፈልጋቸው ይመለከታሉ፡፡ መሪዎችን ማብዛት የአገልግሎታቸውን ኃላፊነት ለመተው ወይም ለሌላ ሰው ለመስጠት አይደለም፡፡ የሚባዛ አገልግሎት እንዳለ በማሰብ ሌሎች የእነርሱን አርአያ የሚከተሉ መሪዎች ሊኖሩ እንዲችሉ ማዘጋጀት ነው፡፡ እነርሱ የመሪነታቸውን ኃላፊነት በመወጣት ቤተክርስቲያናቸው ያለብቁ መሪ እንዳይቀር ለመከላከል የሚደረግ ዝግጅት ነው፡፡ ስለዚህ የመተካካት እቅድ የሚዘጋጀው ከቤተክርስቲያን ፍላጎት አንጻር መሪዎችን የማባዛት እቅድ እንጂ የመተካካት እቅድ ብቻ አይደለም፡፡ ይህ አሠራር የሚጠቅመው በየትኛውም ደረጃ የሚያገለግሉ መሪዎችን በታሳቢነት በመውሰድ እንጂ በከፍተኛ ሥፍራ የተቀመጡትን የሚመለከት ብቻ አይደለም፡፡
የመሪነት ኃላፊነታችን
አብዛኛውን ጊዜ በሕብረተሰባችን ብሎም በቤተክርስቲያናችን መሪነት ኃላፊነታችንን ለመወጣት

106

እንድንችል የሚረዳን ቦታ አድርገን ከማሰብ ይልቅ ሥልጣናችንን ለመጠቀም የሚያስችል ቦታ አድርገን እንወስደዋለን። ሆኖም መሪነትን በሚመለከት ሥልጣንና ኃላፊነት በሥርዓት ከመወጣት ጋር የተያያዘ እንደሆነ መረዳት አለብን። መሪዎችን ማሳደግ ኾነ ብሎ ገንዘብና ጊዜን ለዚህ ጉዳይ መጠቀም መቻል ነው። መተካካት የሚኖረው የቤተክርስቲያኒቱን ተልዕኮ መረዳት፣ ተልዕኮውን በሥራ ለመተርጎም እንዲቻል የመሪነት ክህሎትን መጨመርና ኃላፊነቱን መወጣት መቻል ያጠቃልላል። መሪዎችን ማሳደግና ማፍራት የሚቻለው አገልጋዮች ፊት ለፊት እየተያዩና እርስ በርስ እየተነካኩ የሚወጡት ሂደት ነው። ሙሴ ኢያሱን ለመሪነት ሲያሳድግ የተጠቀመበትን መንገድ እንቃኝ። ኢያሱ ሙሴ ይወስዳቸው በነበሩት እርምጃዎች ፈጽሞ አለተለየውም። አሥርቱ ትእዛዛት የያዘውን ጽላት ሲቀበል (ዘፅአት 24:13)፣ በእሥራኤላዊያን አመጽ በማዘን ጽላቱን ሲሰብር (ዘፅአት 32:19)፣ ከእግዚአብሔር ጋር በተለየ ሁኔታ ሲገናኝ (ዘፅአት 33:11) ሁሉ ኢያሱ አልተለየውም። ሙሴ ኢያሱን ሆነ ብሎ ሲያሳድገው ስለነበረ ሲሞት፣ ከእርሱ በኋላ እሥራኤላዊያንን የተስፋይቱን አገር ከንአንን እንዲወርሱ አደረጋቸው።

ሙሴ ኢያሱን እንደተተኪ መሪ ያሳደገበት መንገድ በግልጽ በመጽሐፍ ቅዱስ ለማየት ባንችልም የሚከተለውን ሂደት ሳይጠቀም አልቀረም። ሙሴ የመሪነት ኃላፊነቱን እየተወጣ ኢያሱ እንደተከታይ የመሪነት ልምምድ እንዲኖረው ይረዳው ነበር። ከአጥቢያ ቤተክርስቲያን አንጻር እንደመጋቢ ኾነ ብሎ ተገልጋዮችን ወደ አገልጋይነት ለማሳደግ እንዲቻል ሊያድጉ ከፈልግናቸው ተገልጋዮች ጋር በትብብር ኃላፊነታችንን ስንወጣ የእነርሱን የመገልገል/የመምራት ክህሎት መጨመር መቻል ነው። ለዚህም የሚከተሉት ቅደም ተከተል መጠቀም እንችላለን።

1. እኛ እንደ መሪዎች ኃላፊነታችንን እየተወጣን እነርሱ/ሠልጣኞቹ የምናደርገውን ይመለከቱና በውውይት ስለሂደቱ እንቋጨዋለን።
2. እኛ እንደ መሪዎች ኃላፊነታችንን እየተወጣን እነርሱ ይረዱናል ከዚህ በኃላ በሠራነው እንወያያለን።
3. እነርሱ ልንሠራው የሚገበውን እንዲሠሩ በማድረግ እኛ ሲሠሩ እንረዳቸዋለን ከተሠራ በኃላ ስለሂደቱ እንወያያለን።
4. እነርሱ እየሠሩ እኛ ተመልካቾች እንሆናለን ሥራው ካለቀ በኃላ ስለሂደቱና ስለተሠራው እንወያያለን።

እነዚህን ቅደም ተከትሎች በመጠቀም እንደ መሪዎች ኃላፊነታችንን ሌሎች ሊወጡ እንዲችሉ እናዘጋጃቸዋለን። በዚህም መንገድ የሚተኩን ብቻ ሳይሆን የሰፋው ሥራችንን ሊመሩ እንዲችሉ እናባዛለን እናዘጋጃለን። ቅዱሳንን ሁሉ ብቁ አገልጋዮች እንዲሆን ልናዘጋጅ እንድንችል ተጠርተናል። ይህንን ካደረግን የክርስቲያኖች አንድነት ይኖራል፣ አማኞች ሁሉ የክርስቶስን ሙላት እስኪደርሱ ድረስ ያድጋሉ፣ አገልግሎትና አገልጋዮች ይበዛሉ። ቤተክርስቲያንን የሚያጠቃ ወታደር እንጂ ተራ ምዕመን ብቻ አታፈራም። ቤተክርስቲያን ምን ያህል ምዕመናንን ታስተናግደለች ሳይሆን ምን ያህል አገልጋይ ትልካለች የሚል ጥያቄ ትክክለኛው ጥያቄያችን ይሆናል።

የቤተክርስቲያን የታላቁ ተልዕኮ ማድረስ

የጌታችን የኢየሱስ ክርስቶስ የታላቁን ተልዕኮ የማዳረስ ራዕይ መሪዎች መሪዎችን የማፍራት ኃላፊነት እንዳለባቸው የሚጠቁም ነው። ጌታ ኢየሱስ በተለያየ ቦታ ይሰጠው የነበረውን አገልግሎትና ራዕዩ ደቀመዛሙርት ማፍራት ብቻ ሳይሆን ደቀመዛሙርቱ ይህንን ራዕይ ሊፈጽሙት እንዲችሉ በምሳሌነት አሳያቸው፣ አበክሮም ነገራቸው። በመጨረሻም በመንፈስ ቅዱስ በኩሉ ይህንን አገልግሎት ሲወጡ እንደማይለያቸው ቃል ገባ። ኃላፊነቱም ለደቀመዛሙርቱ

አሳልፎ በሚሰጥበት ጊዜ በሁለት ጉዳዮች ላይ ያተኮር የአገልጋይነት አሠራር ነው። እርሱም በቡድኑ ያሉትን ደቀመዛሙርቱን ማገልገልና የአባቱን የእግዚአብሔር ተልዕኮ መፈጸም ነው። ሁለቱም ክፍሎች፣ አባቱንና ደቀመዘሙርቱን ማገልገል ነው። ይህም ግልጽ ሆኖ የሚታየው በዮሐንስ ወንጌል መዕራፍ አሥራ ሦስት ደቀመዛሙርቱን ሲሰናበት ያደረገው ሥርዓት ነው። ፎጣ ታጥቆ ውሃ በባልዲ ጨምሮ የደቀመዘሙርቱን እግር አጠበ። ይህን ማድረግ እንዳለባቸው በምሳሌነት አሳያቸው። የአባቱን ዓላማ መፈጸሙ ብቻ ሳይሆን ደቀመዛሙርቱንም እንደባርያ አገልገላቸው። በተጨማሪም ከዚህ የሚከተለውን ትእዛዝ ሰጣቸው።

> እንግዲህ ሂዱና አሕዛብን ሁሉ በአብ በወልድና በመንፈስ ቅዱስ ስም እያጠመቃችኃቸው፣ ያዘዝኃችሁውንም ሁሉ እንዲጠብቁ እያስተማራችኃችው ደቀመዛሙርት አድርጓቸው፣ እነሆም እኔ እስከ ዓለም ፍጻሜ ድረስ ሁልጊዜ ከእናንተ ጋር ነኝ።"/ማቴ. 28:19-20/

> ወደ ዓለም ሁሉ ሂዱ ወንጌልንም ለፍጥረት ሁሉ ስበኩ" /ማርቆስ 16:15/

> ነገር ግን መንፈስ ቅዱስ በእናንተ ላይ በወረደ ጊዜ ኃይልን ትቀበላላችሁ፣ በኢየሩሳሌምም በይሁዳም ሁሉ በሰማርያም እስከ ምድር ዳርም ድረስ ምስክሮቼ ትሆናላችሁ አለ"። /የሐ. ሥራ. 1:8/

ይህ ራዕይ የዕድሜ፣ የጾታ፣ የመደብ፣ የብሔር፣ የሐገር ብዛትና ርቀት ሳይለይ ለተለያየ ሕብረተሰብ የሚየስፈልግና መድረስ ያለበት መድረስም የሚችል ተልዕኮና ራዕይ ነው። ሁሉንም ሰው ለመድረስ እንዲቻል አገልጋዮች

ከራሳቸው አልፈው ለሌሎች አገልጋዮች ካልደረሱ፣ ካልመለመሉና ካላሳደጉ በስተቀር ከብዛቱ፣ ከስብጥሩ ብዛትና ሰፊ ቦታ መደረስ ስለሚኖርበት በራሳቸው ብቻ ኃለፊነቱን የሚወጡት አይደለም። ስለዚህ መሪዎች መብዛት ይኖርባቸዋል። በተጨማሪም ተመልምለው ያደጉ መሪዎችም ድጋፍ ስለሚያስፈልጋቸው ድጋፍ ማግኘታቸው መረጋገጥ ያስፈልጋል።

የቤተክርስቲያን የአካልነት መግለጫ

የተለያዩ ብልቶች ግኑኝነት፣ በተቀነባበረ ሁኔታ መሥራት፣ ሁሉም በተመደበበት ቦታ በጥራትና በትጋት መሥራት የሚጠይቅ ስለሆነ፣ ብልቶች የሚጫወቱት ሚና አውቆ አንዱ ሌላውን በመቀበል፣ አገልግሎቱን ለመስጠትና ለመቀበል እንዲችል የሚያስፈልግ ነው። ይህን ለማድረግ በልቶቹ ግለሰቦችን የሚመለከት ስለሆነ ዕድገታቸውና የሚጫወቱበት ሁኔታ ጊዜ ማሳወቅ መቻል መተካካትን በታሳቢነት መያዝ አስፈላጊ ነው። ጥራትና ስኬት እንዲኖርም የብልቶች እድገትና ሊሰጡት የሚገባ አገልግሎት እየላቀ መሄድ እንዳለበት መረዳት ተገቢ ነው። የአንድ ብልት ጤንነት፣ በሥርዓት መሥራት፣ በአካሉ ሆኖ የሌላውን አገልግሎት መቀበልና ለሌሎች የአከሉ ብልቶች አገልግሎት መስጠት መቻል ለአካሉ ህልውናና ዕድገት አስፈላጊ ነው። አካል እድጎ ሊደርስበት የሚገባውን ሙሉ ሰው ማለትም የክርስቶስን ሙላት መድረስ የመተካካት የመጀመሪያ ሥራ እንደተሠራ ይቆጠራል።

የቤተክርስቲያን የዕድገት መለኪያዋ

የቤተክርስቲያን ዕድገት መግለጫዎች የአማኞች ብዛት፣ ጥራት/ቅድስና ክርስቶስን መምሰል፣ መሪዎችን ማፍራትና አገልጋዮችን አሰልጥኖ ወደ ሌላ ቦታ መላክ መቻል ሊያጠቃልል ይችላል። ዕድገት ከሌለ ፍሬ ማፍራትም

አይቻልም። ፍሬ ከሌለም መባዛትም ይሁን ለመስፋት የሚያስችል የቤተክርስቲያን አቅም አይኖርም። ስለዚህ ዕድገት መሪዎችን ከማሰደግና መተካካት ጋር የተያያዘ እንደሆነ ግልጽ ነው።

የቤተክርስቲያን የደቀመዝሙር ማፍራት እሳቤ

ደቀመዛሙርትን የማፍራት እሳቤና ተግባር በጌታችን ኢየሱስ ክርስቶስ መደንገግ የጀመረው ይከተሉት የነበሩ ደቀመዛሙርት ሲያሠለጥኗቸውና ይህንንም ኃለፊነት ሊወጡ እንዲችሉ ሲያዛቸው ነው። የጌታ ኢየሱስ የደቀመዛሙርት የማፍራት እቅድ የተጀመረው ገና ደቀመዛሙርትን ሲጠራና ዓለሙን በሙሉ ለመድረስ እንዲችል በሕይወት በዓለም እያለም ይሁን ከዚህ ዓለም በተለየ ጊዜ ኃላፊነቱን የሚጋሩትና የሚተኩት በቂ አገልጋይ እንደሚያስፈልገው ያውቅ ነበር። ስለዚህም ሲጀምር ደቀመዘሙርት የማፍራትና የመተካካት እቅዱንም አብሮ ተለመ። ከዚህም የተነሳ ደቀመዛሙርቱ ወደ ዓለም ሁሉ እንዲሄዱ፣ እንዲያጠምቁ፣ እንዲያስተምሩና ሰዎችን ደቀመዘሙርት እንዲያደርጉ በሁሉም የወንጌል ክፍሎች እንደምናየው አዘዛቸው። ኑና ተከተሉኝ፣ የሰዎች አጥማጆች አደርጋችኃለሁ አላቸው። (ማቴዎስ 4:19፣ 28:19፣ ማርቆስ 2:27)

ደቀመዝሙር ማድረግ ማለት ስዎች በምናሳየው ምሳሌያዊ ተግባር የጌታ ኢየሱስ ክርስቶስ ተከታዮች እንዲሆኑ፣ ቃሉን እንዲታዘዙና በመንፈስ ቅዱስ እንዲመሩ መርዳት ነው። ቁልፉ ሃሳብ ምሳሌ በመሆን ሰዎችን ተከታዮች ማድረግ ነው። ሰዎች ከምንናገረው ይልቅ የምናደርገውን በማየት በሕይወታቸው ላይ ተጽዕኖ ያመጣል። ስለዚህ የቤተክርስቲያን ራዕይ ትልቅ ከመሆኑ የተነሳ ደቀመዛሙርትን የማፍራትና የመተካከት አስተሳሰብ በብርታት መታየት አለበት። የቤተክርስቲያን የሥራ ሂደት ሲዘጋጅ ይኸውም የቤተክርስቲያን ራዕይ፣ ተልዕኮ፣ ግብና ስልታዊ እቅድ

ሲታወቅ ሰዎችን ደቀመዛሙርት የማድረግና የመተካካት ተግባር እኩል መጀመር አለበት። እያንዳንዷን ቀን የመጨረሻ ቀናችን እንደሆነች መኖር መቻል፣ አንድ ቀን ትክክል መሆናቸውን ያረጋግጣሉ።

ስኬታማ የመተካካት እቅድ ለእግዚአብሔር መንግሥት መስፋፋት አስፈላጊ ነው። ጌታ ኢየሱስ ሌሊቱን በሙሉ ሲጸሊይ አድሮ ሊተኩት የሚችሉ ሰዎችን ጠርቶ ደቀመዛሙርት አደረጋቸው። ከአምስት የተለያዩ ቡድኖች ጋር ጊዜውን አሳለፈ። እነዚህም በጣም ከደቀመዛሙርቱ ውስጥ ቅርብ የነበሩ ጴጥሮስ፣ ዮሐንስና ያዕቆብ ጋር፣ ከአስራ ሁለቱ ደቀመዛሙርት ጋር፣ ሰባ ሁለቱን አዘጋጅቶ የላካቸው ሰዎች ጋር፣ በመጨረሻ ከተሰናበታቸው መቶ ሃያዎቹ ጋር ያሰለፈው ጊዜና በአጠቃላይ፣ በጀማ ሲያስተምራቸውና ሲፈውሳቸውና ሲመግባቸው የነበሩ ሕዝብ ጋር የነበረው ጊዜ ያጠቃልላል። ይህም ሆኖ ጌታ ኢየሱስ ስኬታም ሊሆን የሚችለው የሚተኩ ሰዎች ባዘጋጀ መጠን እንደሆነ አውቆ ያዘጋጃቸው ነበር።

ሐዋሪያው ጳውሎስም መተካካትን በሚመለከት በሁለተኛ ለጢሞቴዎስ በጻፈው መልዕክቱ መሠረት ጢሞቴዎስ የተጠቀመበት መንገድ ብቁ ስዎች የመሰከሩልትን ክእኔም የሰማኸውን ሌሎችን ደግሞ ሊያስተምሩ ለሚችሉ ለታመኑ ሰዎች አደራ ስጥ።

ጳውሎስ እምነቱን የተቀበለው ከክርስቶስ ነው። ጳዉሎስ ይህንን እምነት ተቀብሎ ለጢሞቴዎስ ሰጠ። አሁን ደግሞ ጢሞቲዎስ ከጳውሎስ የተቀበለውን እምነት ሊያስተምሩ ለሚችሉ ለታመኑ ሰዎች እንዲሰጥ ያዘዋል። በዚህ ሂደት አራት የመተካካት ደረጃዎች ያሳያል። ይህ ራዕይ የመንፈሳዊ መባዛት የሚያሳይ ደቀመዛሙርት ለማፍራት የሚችሉትን ደቀመዛሙርት ማፍራት ነው። ይህ አሠራር ዘገምተኛ አሠራር ይመስላል። ግን የሚከተለው ጥያቄ ስኬታማ አሠራር እንደሆነ ያሳየናል። ለምሳሌ ዛሬውኑ በአንድ ቀን ብታገኝ ይሻላል ወይስ አምስት ሳንቲም በየቀኑ ሁለት እጥፍ ያገኘኸውን ለሰላሳ አንድ

ቀናት ብታገኝ ይሻላል? ሁለተኛው አማራጭ በወር ውስጥ የምታገኘው ከአንድ ሚሊዮን ዶላር በላይ ይሆናል። ስለዚህ አንድ ሰው አንድ ደቀመዝሙር ቢያፈራ በአጭር ጊዜ ወንጌል ወደ ዓለም ሁሉ ይደርሳል። መድረስ፣ ማስተማር፣ ማጥመቅ ደቀመዝሙር ማድረግና መላክ ከቤተክርስቲያን የመሪዎች ዕድገትና መተካካት ጋር የተያያዘ ነው።

እንዲሁም የቤተክርስቲያን የእረኝነት ተግባሮች፣ መንጋ፣ ጥቦት፣ ግልገል፣ በግ ማሰማራት፣ መጠበቅ/መከላከል፣ የሚሉ አባባሎች ከዕድገትና ከመተካካት ጋር የሚገናኝ ነው። የቤተክርስቲያን የባለአደራነት ባሕሪ፣ የሚከተሉትን ሂደት የያዘ የመቀበል፣ የተጠያቂነትና ኃላፊነትን መወጣት ቀጥታም ይሁን በተዘዋሪ መንገድ ከዕድገትና ከመተካካት ጋር የሚወራረስ ነው። የቤተክርስቲያን ከዘልዓለማዊነት ያላት ገጽታ የሚያመለክተው በተለይ ቤተክርስቲያን ከጊዜ አንጻር ከታየች ካሉ መሪዎች፣ አገልጋዮችና ምዕመናን ዕድሜ በላይ የምትኖር እንደሆነች ማወቁ ተገቢ ነው። የአሁኑን፣ የነገውን፣ የሚመጣውንም ማሰብ ይጠቅማል። ለዚህም መሪዎችን በማፍራትና በመተካካት መዘጋጀትና ማዘጋጀት ተገቢ ነው።

መደምደምያ

ተተኪ መሪዎችን ማፍራት፣ ከድርጅት፣ ከህብረተሰብና ከአገርም አንጻር በእሳቤ፣ በልምምድም ሆነ በጥናት አስፈላጊ እንደሆነ የታወቀ ነው። ሆኖም ይህን እሳቤ በሥራ ለመተርጎም አስቸጋሪ ሆኖ ይገኛል። አንዱ የችግሩ መንስኤ መሪዎችና በአመራር ያሉ ሰዎች መተካት እንዳለባቸው ስለማያምኑ፣ ስለማይረዱና ስለማይፈልጉ ይሆናል። የእነዚህ መሪዎች ያልተስተካከለ እምነት፣ ዕውቀትና ፍላጎት መቀየር ቢቻል ትልቅ ድል ነው። ይህ መጽሐፍ ትኩረት ከሰጠበት አንዱ ነባር መሪዎች የመተካካት መንፈስ አስፈላጊነትን በማቅረብ መሪዎች እንቅፋት የሆነባቸውን ምክንያት ለመተው እንዲችሉ በሚቀርበው ክርክር እንዲረቱ ያስቻለ ጥረት እንደሆነ አምናለሁ። ይህም ሆኖ እያለ ድርጅቶችም ሆነ ሕብረተሰብ ተተኪ መሪዎችን የማፍራት አስፈላጊነት አምነውበት ተተኪ መሪዎችን ለማፍራት፣ ለመገንባትና እንዲሁም ለመተካት እንዲችሉ ሂደቱን ደረጃ በደረጃ ለማቅረብ ተሞክሯል።

መሪዎችን መልምሎ፣ በሥልጠናም ይሁን በሌሎች መንገዶች አሳድጎ በድርጅት ውስጥ ክህሎታቸውን ሊጠቀሙ እንዲችሉ የመርዳት ሂደት ድርጅቶች፣ ሕብረተሰብና ማንኛውም አገር የሚያምንበት ቢሆንም ሂደቱ ስኬታማ የሚሆንበትን መንገድ መቀየስ አስፈላጊ ነው። ይህም እንዲሆን፣ ይህ ጽሑፍ ከመሪነት ትርጉም አንስቶ፣ ስኬታማና ክህሎቱ የዳበረ መሪ እንዴት እንደሚገኝና እንደሚሠራ የጠቆመ ነው። መሪነት ብዙ ትርጉም ሊሰጠው ስለሚችል፣ የመሪነት መልካም ባሕሪይ፣ ዕድገትና ተግባር በግልጽ ለማየት የሚያስችል፣ አገልጋይነት፣ ባለአደራነትና፣ በማሳተፍ የሚገኝ ስኬት ባተኮረ ትርጉም ላይ ቀርበዋል።

በየጊዜው አከራካሪ መልስ የሚሰጥበት "መሪ የሚገኘው በመወለድ/በተፈጥሮ ነው ወይስ በመሰልጠን/በመሥራት?"

የሚል ጥያቄ፣ቀለልና ጠቅለል ባለ አቀራረብ መልስ ለመስጠት ተሞክሯል። ከዚህ እሳቤ በመንደርደር መሪዎችን ለማፍራት፣ ለማሳደግም ሆነ ክህሎታቸውን ለመጨመር ሊወሰዱ የሚገቡ እርምጃቻዎችን መጽሐፉ በዝርዝር አትቶታል። በእርግጥ የመሪዎች መገኘት፣ መካን፣ ዕድገትና እንቅስቃሴ መጽሐፉ ከቁሳዊ፣ ማሕበራዊና አእምሯዊ ክህሎት ባላነሰ መንገድ መንፈሳዊ ይዘትም እንዳለው አመልክቷል። ክቡራን አንባቢዎች፣ መሪነት፣ የመሪ ዕድገትና መተካካትን በሚመለክት እሳቤው፣ አስፈላጊነቱና ሂደቱን ባጭሩም ቢሆን ለማየት እንድትችሉ የሚረዳ ጽሑፍ ቀርቦላችኃል፣ መልካም የንባብ ጊዜ እንዲሆንላችሁ እመኛለሁ።

መዘክረ መጻሕፍት

መጽሐፍ ቅዱስ 1954 ዕትም

Covey, Stephen R. 7 Habits of Highly Effective People. New York: Simon Schuster, Inc. 1989

Greenleaf, Robert K. Servant Leadership: A Journey into the Nature of Legitimate and Greatness. New York: Paulist Press, 1977

--------------------The Power of Servant Leadership; edited and introduced by Larry C. Spears. San Francisco: Berrett-Koehler Publishers, Inc. 1998

ተከሥተ ተክሉ. መሪነት - መሳተፍና ማሳተፍ ለስኬት. 2000 ዓ.ም.